పానకం ఆన్ ద రాక్స్

మాధురి కేత

ఛాయ

హైదరాబాద్

Panakam on the Rocks

Novel by Madhuri Keta

© Author

First Edition: November: 2024

Copies: 500

Published By:
Chaaya Resources Centre
Haritha Apartments,
103, A-3, Madhuranagar,
HYDERABAD- 500038
Ph: (040) - 23742711
Mobile: +91-70931 65151

email: editorchaaya@gmail.com

Publication No: CRC - 137
ISBN No: 978-81-980116-1-9

Cover and Book Making:
Unpublish Media, Hyderabad, 7989546568

For copies:
bit.ly/chaayabooks
chaayabooks.com

పూతరేకులంత తేలిగ్గా, కాకినాడ కాజా అంత తియ్యగా, కొత్తపల్లి కొబ్బరి మామిడంత రుచిగా అని గొప్ప ఉపమానాలు రాయించుకొనే స్థాయికి ఇంకా రాలేదు కాబట్టి, ఈ మూడు ముక్కలు.

1. మూడు తరాలు, ఒక ఆశయం, సస్పెన్స్, సరదాలతో పాటూ కొన్ని twists ఉన్న కథ.
2. ఈ కథ చదివిన మొట్ట మొదటి వ్యక్తి, బాగుంది పబ్లిషింగ్‌కి పంపించండి అని ప్రోత్సహించిన మిత్రుడు, యువ రచయత మొహమ్మద్ గౌస్‌కు నా ప్రత్యేక అభినందనలు.
3. కథలో మార్పులు చేర్పులు సూచించి, దాన్ని మెరుగుపరచి, ఆ క్రమంలో నాకు కొన్ని కొత్త విషయాలు నేర్పిన ఎడిటర్ అరుణాంక్ లతకు, ఈ నవల ప్రచురించిన ఛాయ పబ్లిషర్స్ మోహన్ గారికి, ఛాయ టీమ్‌కి నా హృదయపూర్వక కృతజ్ఞతలు.

కొన్ని చోట్ల తగుమోతాదులో creative freedom తీసుకున్నాను. ఇది నా మొదటి ప్రయత్నం, తప్పులుంటే పెద్ద మనసుతో మన్నించి 'పానకం ఆన్ ద రాక్స్'ని ఆదరిస్తారని ఆశిస్తున్నాను.

- మాధురి కేత

అంకితం

మీకే

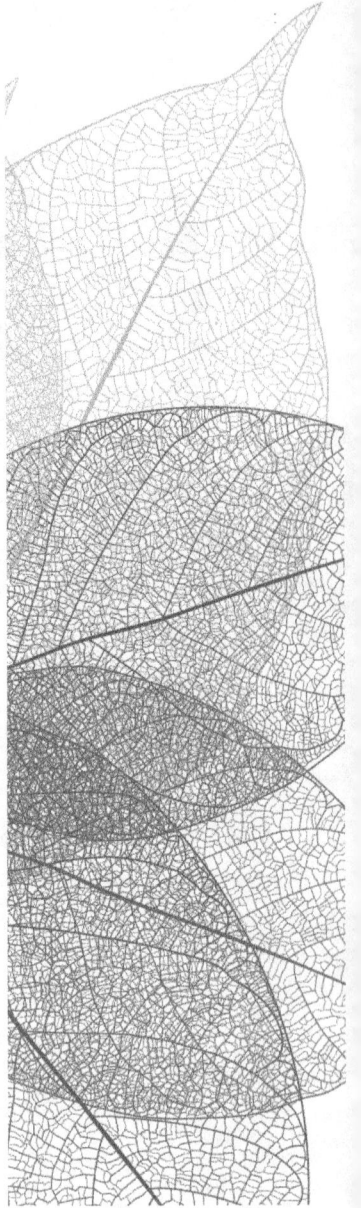

1

లేక్ రిజ్ అపార్ట్‌మెంట్ ఒకే ఫ్లోర్‌లో ఉంటున్నా, వాళ్ళ రెండు ఫ్లాట్స్ మధ్యనున్న లిఫ్ట్ తప్పితే సాగర్‌కి, ఫ్లాట్‌లో కన్నా మద్యం మత్తులోనే ఎక్కువగా ఉండే అరవింద్ రావుకి ఏదీ కామన్‌గా ఉండదు.

62 ఏళ్ళ అరవింద్ ఓ రిటైర్డ్ ప్రభుత్వ ఉద్యోగి. భార్య చనిపోయి ఐదేళ్ళైంది. ముగ్గురు పిల్లలు. కాని ఒంటరిగానే ఉంటాడు. సాగర్ 29 ఏళ్ళ సాఫ్ట్‌వేర్ ఉద్యోగి. స్వస్థలం వైజాగ్. వృత్తిరీత్యా బెంగుళూరులో ఉంటున్నాడు.

అరవింద్‌కేమో చుక్క లేనిదే పొద్దెక్కదు, పొద్దు దిగదు.

సాగర్‌కి కనీసం ఫ్రూట్ బీర్, బ్రీజర్ లాంటివి కూడా అలవాటు లేదు.

అరవింద్ నెరిసిన, పల్చబడిన జుట్టు, మాసిన గెడ్డంతో ఐదు అడుగుల ఎనిమిది అంగుళాల ఎత్తుంటే, క్లీన్ షేవ్, నల్లటి ఒత్తైన జుట్టు, గోధుమ వర్ణం, వర్కౌట్ చేసిన దేహ ధారుడ్యంతో ఆరడుగుల ఎత్తుతో లూయీ ఫిలిప్ యాడ్‌లో మోడల్‌లా ఉంటాడు సాగర్.

అరవింద్ లేక్ రిజ్ అపార్ట్‌మెంట్‌లో దాదాపు మూడు సంవత్సరాల నుండి ఉంటే, సాగర్ వచ్చి ఇంకా రెండు వారాలు కూడా కాలేదు. అరవింద్‌ను కలవడం అతనికి ఇదే మొదటి సారి.

అది తను ఆఫీసులో జాయిన్ అవ్వాల్సిన రోజు, అందుకనే కాస్త త్వరగానే బయల్దేరాడు.

"హలో యంగ్ మ్యాన్!"

మూడడుగుల దూరం నుండే కాస్ట్లీ స్కాచ్ వాసన సాగర్ నాసికపై దాడి చేసింది.

"హలో అండీ!"

తాగేసి తూలుతూ ఉన్న అరవింద్‌కి చేయూతనిచ్చి లిఫ్ట్‌లోకి వెళ్లేందుకు సాయం చేశాడు. లిఫ్ట్‌లోకి వెళ్ళాక "ఏ ఫ్లోరండీ?" అనే ప్రశ్న పూర్తవ్వక ముందే అరవింద్ వాంతి చేసుకున్నాడు.

వెంటనే వెనక్కి ఒక్క అడుగేశాడు కాబట్టి షర్ట్ కి ఏం కాలేదు కానీ ఫార్మల్ షూస్ మాత్రం బలైపోయాయి.

అంత మత్తులోనూ "సారీ బాబు! సారీ బాబు!" అంటూ మోచేత్తో సాగర్ షూస్ తుడవడానికి ప్రయత్నించాడు అరవింద్. వద్దని వారించి లిఫ్ట్‌ని పదో ఫ్లోర్‌కి పోనిచ్చి, అరవింద్ ఇంట్లో పని చేసే సుబ్బయ్య సాయంతో బాత్రూం వరకు తీసుకెళ్ళి, తన ఫ్లాట్‌కి తిరిగొచ్చి షూస్ మార్చుకొని బయలుదేరాడు సాగర్.

ఈసారి లిఫ్ట్ జోలికి వెళ్ళకుండా, మెట్లుదిగి ఆఫీసుకి చేరేసరికి ఇరవై నిమిషాలు ఆలస్యమైంది. బెంగుళూరులో ఎలాంటి ఆలస్యానికైనా వాడదగిన నికార్సైన, సుదర్శన చక్రం లాంటి అస్త్రమే "ట్రాఫిక్" అని సాగర్‌కు ఆరోజే అర్థమయ్యింది.

ఆఫీసులో మొదటి రోజు బానే గడిచింది. తనంతో పాటు జాయిన్ అయిన మరో అబ్బాయికీ, తనకీ చిన్న వెల్కం ట్రీట్ ఇచ్చారు సహోద్యోగులు. మొదట్లో అంతా సరదాగానే ఉంటుంది, పోను పోను తెలిసొస్తుంది ఎవరి ఎలాంటివారో అని సాగర్‌కి ముంబై ఉద్యోగంలో అర్థమయ్యింది. అందరితో కలివిడిగా ఉంటూ, తన పని తను చేసుకుంటూ పోవాలి అన్నది సాగర్ పాలసీ. కాలంతో పాటు చిగురించే స్నేహాలు ఎలాగూ ఉంటాయి. లెక్కలువేసుకొని ఫ్రెండ్షిప్ పెంచుకోవాలన్న మైండ్సెట్ కాదు. అలా అని ఇంట్రోవర్ట్ కూడా కాదు. నచ్చినవారి దగ్గర ఆప్యాయంగా ఉంటాడు, చనువున్నవారి దగ్గర చిన్న

పిల్లాడైపోతాడు.

ఒక్కడే సంతానం, అలా అని అతిగారాబంతో చెడిపోయిన బాపతు కాదు. అమ్మ ఎంత ముద్దు చేసేదో, నాన్న అంత క్రమశిక్షణ నేర్పేవాడు. చిన్నప్పుడు సరిగ్గా చదివేవాడు కాదు. ఎప్పుడూ ఆటలు, స్నేహితులు, బొమ్మలు. ఎప్పుడైనా నాన్న కోప్పడితే కాసేపు చదివేవాడు. మళ్ళీ కాసేపటికి షరా మామూలే. అమ్మ బెంగపెట్టుకునేది, నాన్నకి ఏం చెయ్యాలో తోచలేదు. అమ్మైతే మొక్కని దేవుడు లేడు, చెయ్యని వ్రతం లేదు, అయినా ఫలితం శూన్యం. సరే ఒక్కడే నలుసు, ఇంతాస్తి వీడికే కదా అని సరిబెట్టుకొనేవాడు కాదు నాన్న. ఎందుకంటే ఆస్తి కర్పూరంలా కరిగిపోయిన సందర్భాలు చూశాడు. తాతల కాలం ఐశ్వర్యం ఇట్టే అవిరైపోవడం చూశాడు. కోటీశ్వరులు అద్దె కొంపల్లో బ్రతకటం చూశాడు. డబ్బు ఇవాళుంటుంది, రేపు ఉండకపోవచ్చు కాబట్టి చదువు ముఖ్యమని గట్టిగా నమ్మేవాడు నాన్న.

ట్యూషన్లు పెట్టినా, ట్యూటర్లు వచ్చినా, సాగర్ అల్లరికి హద్దు ఉండేది కాదు. మహా అయితే గంటో ఘడియో కదలకుండా కూర్చోబెట్టగలిగేవాళ్ళు తప్పా పాఠాలు నేర్పించలేకపోయేవాళ్ళు. అమ్మ ఉపవాసాలు జోరందుకున్నాయి. ఆరోగ్యం పాడయ్యింది. నాన్న బయటపడలేదు కానీ లోలోన మథన పడిపోయేవాడు.

ఇంతలో వాళ్ళింట్లోని పక్క పోర్షన్లో అద్దెకి ఒక కుటుంబం దిగింది. అరవైల వయసులో ఉన్న తాతయ్య, బామ్మ, 12-13 ఏళ్ళ మనవడు, కిషోర్. కొడుకు కూతురు అమెరికాలో ఉద్యోగం చేస్తున్నారు. కోడలికి ఆరోగ్యం బాలేదు, క్యాన్సర్ ఆఖరి దశ. అమ్మని అలాంటి పరిస్థితుల్లో చూడలేక, బెంగతో తరచు జ్వరాలు, ఫిట్స్ రావడం మొదలైంది కిషోర్‌కి. అక్కడుంటే తన ఆరోగ్యం కూడా పాడవుతుందని, వేరే ఎక్కడికైనా పంపించడం మంచిదని చెప్పారు ఫ్యామిలీ డాక్టర్లు. పైగా అక్కడుండి చేసేదేం లేదు, ఆ దుర్దినం మరొక్క రోజు ఆగి వస్తే చాలని అనుకోవడం తప్ప. స్వతహాగా మితభాషి అయిన కిషోర్, సాగర్ వాళ్ళింట్లో అద్దెకి దిగినాక, ఇద్దరికీ దోస్తీ కుదిరింది. కిషోర్ ఎక్కడుంటే అక్కడే సాగర్. తాతయ్య కిషోర్ కి చదువు చెప్తుంటే సాగర్ కూడా పుస్తకాలు తీసుకెళ్ళి

కూర్చునేవాడు.తాతయ్య చొరవ తీసుకొని సాగర్‌కి కూడా పాఠాలు చెప్పడం, హోం వర్క్ చెయ్యించడం, పరీక్షలకి ప్రిపేర్ చెయించడం చేసేవాడు. మరి అమ్మ చేసిన వ్రతఫలమో, సాగర్ అదృష్టమో, మొత్తానికి సాగర్ చదువు గాడిలో పడింది. ఇంక అక్కణ్ణించి తిరిగిచూడాల్సిన అవసరం రాలేదు, క్లాస్‌లో ఫస్టు, ఇంజినీరింగ్‌లో కాలేజ్ టాపర్, ప్లేస్‌మెంట్‌లో అందరికంటే పెద్ద ప్యాకేజ్. తాతయ్యంటే వల్లమాలిన అభిమానం, కిషోర్ అంటే ప్రేమ, బామ్మ అంటే ఇష్టం. ఆరేళ్ళు సొంత కుటుంబంలా ఉన్నవాళ్ళు, కిషోర్ పై చదువులకోసం వేరే ఊరు వెళ్ళాల్సి వచ్చింది. సాగర్ ఎన్ని రోజులు ఏడ్చాడో తెలియదు, ఎన్ని పూటలు తిననని మారాం చేశాడో గుర్తులేదు, ఆ దుఃఖం తనని బాగా కృంగదీసింది. మళ్ళీ మామూలు మనిషి కావడానికి చాన్నాళ్ళు పట్టింది. స్మార్ట్ ఫోన్లు, సోషల్ మీడియాల వలన జరిగిన మేలు ఏదైనా ఉందంటే అది దూరన ఉన్నవారితో టచ్‌లో ఉండగలగటం. తాతయ్యా, బామ్మా, కిషోర్లతో ఎప్పటికప్పుడు మాట్లాడుతూ ఉంటాడు సాగర్.

స్కూల్‌లో టీచర్ మీద క్రష్ ఉండేది, ఆవిడ పెళ్ళి చేసుకొని వెళ్ళిపోయాకా భగ్నహృదయంతో మరెప్పుడూ మరెవర్నీ ప్రేమించనని ఒట్టు పెట్టుకున్నాడు.

కానీ, కాలేజ్‌లో ఒక సీనియర్‌ని చూసి ఒట్టు గట్టున పెట్టే సమయం వచ్చింది అనుకున్నాడు. తన మనసులో మాట చెప్పక ముందే ఆ అమ్మాయికి తన ప్రేమికుడితో పెళ్ళి కుదిరిందని తెలుసుకొని హతాశుడయ్యాడు. ఇంకొన్నాళ్ళ పాటు ప్రేమా గీమా జాన్తా నై అని నిర్ణయించుకున్నాడు. ప్లేస్‌మెంట్‌లో మొట్ట మొదటి పోస్టింగ్ ముంబయిలో ఇచ్చారు. అక్కడ మూడేళ్ళు పని చేశాడు. అక్కడ ఒకరిద్దరు మరాఠీ అమ్మాయిలు తనంపై ఇష్టం చూపినా, ఎందుకో సాగర్ మనసు కలవలేదు. తెలుగు సినిమాల ప్రభావమో మరి స్వతహాగా రొమాంటిక్ ఫెలోనో కానీ తనకంటూ ఒకమ్మాయి ఎక్కడో పుట్టే ఉంటుందని నమ్మాడు.

తనకి బెంగుళూరు పోస్టింగ్ వచ్చి మూడు నెలలయ్యింది. బెంగుళూరు వచ్చిన కొత్తలో ఒక స్నేహితుడి ఇంట్లో మూడు రోజులుండి ఫ్లాట్ కోసం వెతికాడు. ఆఫీసుకి కాస్త దూరమైనా, ఆ చోటు ప్రశాంతంగా ఉందని లేక్ రిజ్ అపార్ట్‌మెంట్‌ని ఎంచుకున్నాడు.

లిఫ్ట్ సంఘటన జరిగిన మరసటి ఉదయం జిమ్ నుండి చెమటతో తడిచిన నీలం రంగు టీ షర్ట్, నలుపు రంగు ట్రాక్ ప్యాంట్స్‌తో తిరిగి వస్తున్న సాగర్‌ని లిఫ్ట్ దగ్గరే కాపు కాసి పట్టుకున్నాడు అరవింద్. ఇంకా మధుపాన సేవ మొదలవ్వలేదేమో, మనిషి బాగా స్టెడీగా ఉన్నాడు.

"హలో యంగ్ మ్యాన్!"

అంటూ చేయి చాచాడు. "హలో అండీ" అని చెమట పట్టిన చేతిని మెడ చుట్టూ ఉన్న న్యాప్కిన్‌తో తుడుచుకొని చేయి కలిపాడు సాగర్.

"ఐ యామ్ అరవింద్. ఫ్లాట్ నంబర్ 1021."

"ఐ యామ్ సాగర్. ఫ్లాట్ నంబర్ 1022."

"నిన్న చాలా హెల్ప్ చేశారు. థాంక్యూ"

"ఇట్స్ ఓకే అరవింద్ గారు."

"లేదు, మిమ్మల్ని ఇబ్బంది పెట్టాను. క్షమాపణగా కాఫీ సమర్పించుకొనే అవకాశం ఇవ్వండి. సాయంత్రం వీలుచూసుకొని ఇంటికి రండి."

"చూస్తానండి, ఆఫీసు నుండి రావడం లేట్ అవ్వొచ్చు."

"అలా అయితే డిన్నర్ చేద్దాం. ఐ హ్యావ్ ఆన్ ఎక్సెలెంట్ కుక్."

"అయ్యో, మీకెందుకండీ శ్రమ?"

"భలే వాడివే. బ్రహ్మచారులు ఇలాంటి డిన్నర్ ఆఫర్లు రిజెక్ట్ చెయ్యకూడదు తెలుసా. ప్లస్ వీ క్యాన్ ఆల్సో హ్యావ్ ఎ డ్రింక్ ఆర్ టూ."

"సారీ అండి. నాకలవాటు లేదు."

"అవునా? హౌ స్యాడ్. సరే డిన్నర్‌కి కలుద్దాం. కారం ఎక్కువుండాలా, మోడరేట్ ఉండాలా?"

"తినేలా ఉంటే చాలండీ" అని నవ్వుతూ మరోసారి అరవింద్‌తో చెయ్యి కలిపి, "సీ యూ సర్" అని తన ఫ్లాట్‌లోకి వెళ్ళిపోయాడు సాగర్.

"హ... హ... హ... ఫన్నీ గై. డిన్నర్ భలే సరదాగా ఉండబోతుందన్న

మాట," అనుకున్నాడు అరవింద్.

***

ప్రోడక్ట్ రిలీజ్ అంటే సాఫ్ట్‌వేర్ వాళ్ళకి పెళ్ళి పనుల్లాంటిదే. ఎంత చేసినా తరగని పనులు, ఎన్ని చేసినా కొత్తగా వచ్చి పడే పనులు, ఆఖరి నిమిషం వరకు టెన్షన్. సాగర్‌కి మొదటి పెళ్ళి ఆ రోజే. కొత్తగా చేరాడు కాబట్టి కొంత కన్ఫ్యూజన్. అన్నీ చక్కబెట్టుకొని ఇంటికి చేరేసరికి రాత్రి పదకొండు.

లిఫ్ట్ పదో అంతస్తులో ఆగితే గాని గుర్తురాలేదు సాగర్‌కి అరవింద్ భోజనానికి పిలిచాడని.

అయ్యో, ఫోన్ చేసైనా చెప్పాల్సింది అని బాధ పడ్డాడు. అరవింద్ నంబర్ తన దగ్గర లేదుగనుక ఆ అవకాశం లేదని సర్దిచెప్పుకున్నాడు. 1021లో ఇంకా లైట్లు వెలుగుతున్నాయి. అంటే ఇంకా పడుకోలేదేమో! ఒకసారి పలకరించి సారీ చెప్పి ఇంటికి పోదామని అరవింద్ ఇంటి డోర్ బెల్ నొక్కాడు.

బెల్ నొక్కిన అర నిమిషానికి తలుపు తీశాడు సుబ్బయ్య.

"అరవింద్ గారు నిద్రపోతున్నారా?"

"లేదు బాబు, లోపలకి రండి." అంటూ డైనింగ్ టేబల్ దగ్గరికి తీసుకెళ్ళాడు.

అరవింద్ అప్పుడే గ్లాస్‌లో ప్రపంచపు ఏదో మూలనుండి వచ్చిన ఖరీదైన వైన్ సర్వ్ చేసుకొని దాన్నే చూస్తుండగా, "గుడ్ ఈవెనింగ్ సర్, మిమ్మల్ని వెయిట్ చెయ్యించాను, సారీ!", అంటూ మొహమాటంగా కుర్చీకి ఆనుకొని నిలబడ్డాడు.

"హేయ్, యంగ్ మ్యాన్! సారీ దేనికి? ఆఫీసులో లేట్ అవ్వొచ్చని ముందే చెప్పావ్ కదా? ఇంతకీ తిన్నావా?"

"సాయంత్రం తిన్న సమోసా తప్ప ఇంకేం తినలేదండి రోజంతా." అంటూ కుర్చీలో కూర్చుంటూ నీరసంగా నవ్వాడు.

"వాట్! సాఫ్ట్‌వేర్ ఉద్యోగాల్లో తిండి పెట్టరా?"

"అదేం లేదండీ, ఇవ్వాళ కాస్త పనెక్కువయ్యింది."

"పస్తులుంటే పనేమైనా తగ్గుతుందా యంగ్ మ్యాన్?"

సాగర్ మళ్ళీ నీరసంగా నవ్వుతుంటే, "నీకు అర్జెంటుగా భోజనం అవసరం. కమాన్" అంటూ భోజనానికి తొందరపెట్టారు అరవింద్.

"అయ్యో, మీరు ఇంత వరకు తినకుండా ఎదురు చూస్తున్నారా?"

"పర్వాలేదు. నాకిది అలవాటే" అంటూ సుబ్బయ్యను వడ్డించమని చెప్పాడు.

"ఇఫ్ యూ డోంట్ మైండ్ 10 నిమిషాల్లో ఫ్రెష్ అయి వస్తాను."

"ష్యూర్! ఈలోగా డిన్నర్ ఏర్పాట్లు చే`స్తాడు మావాడు."

"థాంక్సండీ, త్వరగా వచ్చేస్తాను" అంటూ తన ఫ్లాట్ వైపు కదిలాడు సాగర్.

తన ఫ్లాట్‌కి వెళ్ళి, షూస్ షూ ర్యాక్ లో పెట్టి, సాక్స్ లాండ్రీ బాస్కెట్‌లో వేసి, ల్యాప్టాప్ బ్యాగు తన స్టడీ రూంలోని టేబల్ మీద పెట్టి, రిస్ట్ వాచ్, ఐడీ కార్డ్, కార్ తాళాలు, ఎయిర్ పాడ్స్, గోడకున్న షెల్ఫ్‌లో పెట్టి, మొబైల్ ఫోన్ చార్జర్‌కి తగిలించి, స్విచ్ ఆన్ చేసి, బాల్కనీలో ఆరేసిన టవల్ తీసుకొని బాత్రూంలోకి వెళ్ళి స్నానం చేసి బయటకి వచ్చేసరికి 15 నిమిషాలైపోయింది.

అయ్యో, లేటవుతుందే అనుకోని హడావుడిగా అరవింద్ ఫ్లాట్‌కి వెళ్ళాడు. డోర్ బెల్ నొక్కగానే సుబ్బయ్య తలుపు తీసి, "రండి బాబు, అయ్యగారు డైనింగ్ టేబల్ దగ్గరున్నారు" అన్నాడు.

టేబల్ దగ్గరకెళ్ళి చూస్తే అక్కడ రకరకాల వంటకాలు కనబడ్డాయి. సాగర్‌కి ఆకలి రెట్టింపయింది.

"కమాన్ యంగ్ మ్యాన్! మొదలెడదామా?" అంటూ తన పక్కనున్న కుర్చీ చూపిస్తూ అడిగారు అరవింద్.

"కాన్ట్ వెయిట్!" అని నవ్వుతూ వచ్చి కుర్చీలో కూర్చున్నాడు.

పనీర్ మంచూరియన్, ఫిష్ ఫింగర్స్ స్టార్టర్స్, నాన్, చికెన్ మొఘలై, మటన్ రోగన్ జోష్, నాటుకోడి ఇగురు, ఘుమఘుమలాడే తెల్లని నెల్లూరు మొలగొలుకలు, మిరియాల రసం, పెరుగు పచ్చడి, అప్పడాలు, సగ్గు బియ్యం పాయసం - ఇది మెనూ.

సుబ్బయ్య మంచి వంటవాడని అరవింద్ చెప్తే ఏమో అనుకున్నాడు కానీ ఇప్పుడు భోజనం చేస్తుంటే అర్థమయ్యింది అదెంత నిజమో.

ఇద్దరూ డైనింగ్ టేబల్ దగ్గర నుండి భుక్తాయాసంతో లేచి, చేతులు కడుక్కొని, లివింగ్ రూం సోఫాలో కూర్చుంటే సుబ్బయ్య మీఠా పాన్ తెచ్చిచ్చాడు. "అదేదో సినిమాలో మీల్స్‌తో ఫ్రీ అన్న మాట" అంటూ తన జోక్‌కి తనే నవ్వుకున్నాడుడు అరవింద్. జోక్ తట్టాక సాగర్ గట్టిగా నవ్వేశాడు.

పాన్ అందుకుంటూ, సుబ్బయ్యతో "మీ చేతి వంట తిన్నాక ఒక్క రోజుకే మూడు కిలోలు బరువు పెరిగేలా ఉన్నానండి. అన్నీ అద్భుతంగా ఉన్నాయి" అని మెచ్చుకున్నాడు సాగర్.

"థాంక్స్ బాబు" అని చెప్పి, సిగ్గుపడుతూ లోపలకి వెళ్ళబోతున్న సుబ్బయ్యతో, "ఇంతకీ మీరు భోంచేసారా?" అని అడిగాడు.

"రాత్రి ఎనిమిదిన్నర కల్లా ఎవరి కోసమూ చూడకుండా తన భోజనం చేసేసి, ఆరోగ్యం జాగ్రత్తగా చూసుకుంటానని మాటిస్తేనే నా దగ్గర ఉండనిస్తాను అని ముందే షరతు పెట్టాను" అని బదులిచ్చాడు అరవింద్.

"వెరీ గుడ్!" అరవింద్‌ని అభినందిస్తూ,

"ఈ రోజుల్లో మన దగ్గర పని చేసేవాళ్ళని బానిసల్లా ట్రీట్ చేసేవాళ్ళున్నారు. మీరు తన గురించి ఇంత శ్రద్ధ తీసుకుంటున్నారంటే యూ ఆర్ గ్రేట్!" అన్నాడు సాగర్.

"ఇది బేసిక్ హ్యూమానిటీ కదా, ఇందులో నా గొప్పేముంది!? పద యంగ్ మ్యాన్, లెట్స్ హ్యావ్ ఎ డ్రింక్." అంటూ సోఫాలోంచి కాస్త కష్టపడి లేచాడు అరవింద్.

సాగర్ కూడా లేచి, ఇంట్లోనే అరవింద్ ఏర్పాటు చేసుకున్న బార్ కౌంటర్ దగ్గరికి వచ్చాడు.

"సో! వాట్స్ యువర్ పాయిజన్ యంగ్ మ్యాన్?" అని కుడి చేత్తో గాజు అద్దాల వెనకున్న తన కలెక్షన్ చూపిస్తూ అడిగాడు అరవింద్.

"నిజంగానే అలవాటు లేదు సర్" అంటూ నవ్వాడు సాగర్.

"క మాన్! ఎట్లీస్ట్ సమ్ వైన్?"

సాగర్ వద్దంటూ తలూపాడు.

"బీర్?" అని బార్ కౌంటర్ మీదున్న మినీ ఫ్రిడ్జ్ తెరిచాడు.

మళ్ళీ వద్దంటూ నవ్వుతూ తలూపాడు సాగర్.

"మరింకేం తాగుతావయ్యా? పానకం ఆన్ ద రాక్స్?" అని గట్టిగా నవ్వేశాడు అరవింద్. రెండు గ్లాసులు అందుకుంటూ...

సాగర్ కూడా అరవింద్ నవ్వులో నవ్వు కలిపాడు.

"పోనీ సోడా?"

"ఓకే సర్!" అంటూ అవునన్నట్లుగా తలూపాడు.

"అస్తమానం సర్ సర్ అని పిలవకయ్యా, నేనెంత రిటైర్డ్ ఎంప్లాయీ అయినా నువ్వలా పిలుస్తుంటే ఇంకా ఆఫీసులో ఉన్నట్టే ఉంది" అన్నారు అరవింద్ రెండు గ్లాసుల్లో ఎవరివి వారికి పోస్తూ.

"మరేమని పిలవనూ?" అని అమాయకంగా అడిగాడు సాగర్.

"సర్ తప్ప, ఏదైనా ఓకే యంగ్ మ్యాన్!" అని, సోడా గ్లాస్ సాగర్ వైపు నెట్టి, తన విస్కీ గ్లాస్ గాల్లోకి లేపాడు చీర్స్ అన్నట్టు.

అరవింద్ విస్కీ గ్లాస్‌కి తన సోడా గ్లాస్‌తో చీర్స్ కొట్టి "ఓకే ఓల్డ్ మ్యాన్!" అంటూ సిప్ చేశాడు.

అరవింద్ ఫక్కున నవ్వి, "ఫన్నీ గై. ఐ లైకిట్. అప్పుడప్పుడు ఇంటికి వస్తూ ఉండు. ఈ ముసలోడితో నాకేంటి అనుకోకు యంగ్ మ్యాన్, మేమూ ఒకప్పుడు యంగే" అన్నారు.

"తప్పకుండా వస్తాను ఓల్డ్ మ్యాన్. సుబ్బయ్య చేతివంట రుచి చూశాకా మీ ఇంట్లో భోజనానికి నో చెప్పేంత పిచ్చోడిని కాదు నేను" అని సోడా తాగడం పూర్తి చేసి, గ్లాస్ కౌంటర్ మీద పెట్టి నిల్చొని, "నా వల్ల దెయ్యాలు తినే వేళకి డిన్నర్

చేశారు, క్షమించండి, థాంక్యూ ఫర్ ద వండర్ఫుల్ మీల్. వెళ్ళొస్తాను, గుడ్ నైట్", అన్నాడు సాగర్.

"మై ప్లెజర్ యంగ్ మ్యాన్, ఐ విల్ సీ యూ టు ద డోర్!" అని గుమ్మం వరకు వచ్చి "గుడ్ నైట్!" చెప్పి ఇంట్లోకి వెళ్ళిపోయాడు అరవింద్.

ఫ్లాట్ ముందు పొద్దున్న అరవింద్ వాంతి చేసుకున్నాడని వొదిలేసి వెళ్ళిన షూస్ ఇప్పుడు చూస్తే శుభ్రంగా మెరుస్తున్నాయి. ఎవరు చేసుంటారబ్బా అని ఆలోచిస్తూ ఫ్లాట్‌లోకి అడుగుపెట్టాడు. చార్జ్ అవుతున్న ఫోన్‌ని చూస్తే గాని, అది ఇంట్లోనే మర్చిపోయిన విషయం గుర్తుకురాలేదు. అరవింద్‌తో మాటల్లో పడి ఫోన్ విషయమే మర్చిపోయాడు. ఫోన్ తీసుకొని బెడ్ రూంలోకి వెళ్ళి, డ్రెస్ మార్చుకొని, మ్యూజిక్ సిస్టంలో యాన్నీ స్వర రాగ మంజరి ప్లే చేశాడు. ఫోన్ చూస్తే మూడు మిస్డ్ కాల్స్. ఒకటి అమ్మ నుండి, ఇంకొకటి తన కొలీగ్ వినయ్ నుండి, మూడోది ఏదో తెలియని నంబర్. వాట్సాప్‌లో చూస్తే అమ్మ నుండి మెసేజ్. దోసకాయ పప్పు ఫోటోతో పాటూ, "నీకు ఇష్టం కద నాన్నా. నిన్ను ఎన్నిసార్లు తల్చుకున్నానో ఇవ్వాళ! వేళకి తింటూ ఉండూ" అని మెసేజ్. సెంట్ ఎట్ 8:26 పీఎం అని ఉంది.

నేను ఫోన్ చూసుకొని నాలుగు గంటలయ్యిందా అని ఆశ్చర్యపోయాడు.

కాలేజ్ గ్రూపులో ఫార్వార్డ్ మెసేజెస్ ఒక పనికిమాలినవాడు, తనకి అస్సలు ఇష్టముండని ఒక సన్నాసి పంపించాడు.

'ఈ వెధవకి పనీ పాటా ఉండదు' అని తిట్టుకుంటూ ఆఫీస్ గ్రూపులో చూడాల్సిన 73 మెసేజ్‌లని అస్సలు ముట్టకుండా వైజాగ్ దోస్త్ పంపిన మెసేజ్ చూశాడు.

పట్టుకుచ్చుల్లాంటి జుట్టు, మరీ పెద్దవి కాని కళ్ళు, అరవిచ్చిన పూవుల్లా ఉన్న పెదాలు, తను వేసుకున్న గులాబీ రంగు టీ షర్ట్ మీద చాక్లెట్ రంగు హృదయాలు. తెల్లని దిండుని గోముగా హత్తుకుని పడుకున్న ఆ అమ్మాయి ఎడమ ముంజేయి మీద *గుడ్ నైట్* అని ఇటాలిక్స్‌లో రాసుంది.

అబ్బా, ఇది కదా అందమంటే అని ఒక గాఢ నిట్టూర్పు వొదిలి,

ఇంతందమైన అమ్మాయి గుడ్ నైట్ చెప్పాలంటే రాసి పెట్టి ఉండాలి అనుకొని మనకంత సీన్ ఎక్కడిదనుకుని, 6 గంటలకు అలారం సెట్ చేసి, ముసుగుతన్నాడు.

***

2

ఉదయాన్నే జిమ్ నుండి తిరిగొస్తున్న సాగర్‌కు పార్కింగ్ లాట్‌లో ఎదురయ్యాడు అరవింద్. తన కార్ పార్క్ చేసొచ్చి "గుడ్ మార్నింగ్ ఓల్డ్ మ్యాన్, ఎక్కడికి బయల్దేరారు?" అనడిగాడు

"అలా కాసేపు వాకింగ్ చేద్దామని"

"పదండి. నేనూ వస్తాను".

"అయ్యో, ఇప్పుడే జిమ్‌లో కష్టపడి చెమట చిందించి, నీ కండలతో అక్కడున్న అమ్మాయిల్ని ఇంప్రెస్ చేసి వస్తున్నావ్‌గా", అంటూ సాగర్ భుజం మీద చిన్నగా తట్టి, "అలిసిపోయి ఉంటావ్ యంగ్ మ్యాన్" అన్నాడు అరవింద్.

సాగర్ నవ్వేసి, "ఇప్పుడే ఏం చూశారు ఓల్డ్ మ్యాన్, త్వరలో సిక్స్ ప్యాక్ వస్తుంది" అన్నాడు జిమ్ బ్యాగ్ కార్లో పెడుతూ.

"మంచిది. మనిషన్నాక ఏదో ఆశయం ఉండాలయ్యా" అని ఉత్సాహపరుస్తూ "సరే పద, ఇవ్వాళ మా రిటైర్డ్ గ్యాంగ్ గోల ఎలా ఉంటుందో చూద్దువు గాని, జన్మలో మరో సారి నాతో వాకింగ్‌కి రావు!"

"అదీ చూద్దాం ఓల్డ్ మ్యాన్"

ఇద్దరూ నడుచుకుంటూ పార్క్‌లో జాగింగ్ ట్రాక్ మీదకు చేరారు. "ఇవ్వాళ ఇంకా ఎవరూ రాలేదనుకుంటా", పార్క్‌లో అటూ ఇటూ చూస్తూ అన్నాడు అరవింద్.

"రోజూ ఏ టైంకి వస్తారు మీరు?" అని సాగర్ అడిగేసరికి గట్టిగా నవ్వేశాడు.

"రోజూ రానయ్యా. ఎప్పుడో బుద్ధి పుడితే, అదీ పొద్దున్నే గ్లాస్ ముట్టకుండా ఉంటే, ఎవరితోనైనా కాసేపు మాట్లాడాలి అనిపిస్తే వస్తాను"

ఆ మాట విని ఆలోచనలో పడ్డాడు సాగర్.

"ఏంటంత దీర్ఘంగా ఆలోచిస్తున్నావ్ యంగ్ మ్యాన్?"

"మిమ్మల్ని అడగొచ్చో లేదో అన్న సందేహం."

"పర్వాలేదు అడుగు."

"మీకు ముగ్గురు పిల్లలని తెలిసింది. అయినా, మీరెందుకు ఒంటరిగా ఇక్కడ ఉంటున్నారు?"

నడకలో వేగం, మొహంలో వెలుగు రెండూ తగ్గాయి అరవింద్‌కి.

ఎక్కడ మొదలుపెట్టాలా అన్నట్టు కాసేపు ఆలోచిస్తుంటే, "మరీ పర్సనల్ విషయాలు అడిగేశాను, క్షమించాలి!", అని మొహమాటం వ్యక్తం చేశాడు సాగర్.

"లేదు లేదు. అడగకూడనిది ఏం కాదు. రేవతిని నేను మొదటిసారి మా ఆఫీసులో చూశాను" అన్నాడు

రేవతి ఎవరు!? అన్నట్టు ప్రశ్నార్థకాన్ని తన కనుబొమ్మల మధ్య నిలిపాడు సాగర్.

అది చూసి, చిన్న నవ్వు నవ్వి, "రేవతి, మై వైఫ్" అని చెప్తూ, "తను ఓ సారి మా ఆఫీసుకి వచ్చినప్పుడు తన హ్యాండ్ బ్యాగ్ ఎవరో దొంగిలించారు. అందులోనే తన లూనా తాళాలు కూడా ఉండటంతో ఇంటికి వెళ్ళడం ఎలా అని కంగారు పడుతుంటే నేను లిఫ్ట్ ఇస్తా అన్నాను. అప్పటికే దాదాపు స్టాఫ్ మెంబర్స్ అందరూ వెళ్ళిపోయారు. పరిచయం లేని మగాళ్ళని నమ్మకపోవడం ఆడవారి రక్షణకు మొదటి నియమం. ఆడవారు ప్రపంచంలో ఎక్కడున్నా ఈ నియమం వర్తిస్తుంది. రేవతి కూడా నమ్మలేదు. అప్పట్లో ఇన్ని ఆటో రిక్షాలు, బస్సులు లేవు. తన ఇంట్లో ఫోన్ లేదు. అంత ఆలస్యమౌతుందని తనూ

ఊహించలేదు పాపం.

మొత్తానికి వేరే గత్యంతరం లేక, ఆఫీసు వాచ్ మ్యాన్‌కి నా పేరు, ఇంటి అడ్రసు ఇచ్చి, రేవతి నాన్న పేరు, ఇంటి అడ్రసు కూడా ఇచ్చి, రేపోసారి తను ఇంటికి చేరిందో లేదో కనుక్కోమని చెప్పాక, కాస్త ధైర్యం తెచ్చుకొనిగాని నా కార్ ఎక్కలేదు."

"అంత చిన్న వయసులో మీకు కార్ ఉందా!?"

"అంటే, మాది కాస్తో కూస్తో ఉన్న కుటుంబమే, నాన్నకు వారసత్వంగా బోలెడు ఆస్తి ఇచ్చి వెళ్ళారు తాతయ్య. నాన్న దాన్ని రెండింతలు చేశారు. నిజానికి నేను ఉద్యోగం చెయ్యడం ఆయనకు ఇష్టం లేదు. తాత తండ్రుల ఆస్తి ఉండగా ఎవరి దగ్గరో పని చెయ్యాల్సిన అవసరం ఏముందని అనేవారు. కాని నాకేమో సెల్ఫ్ రిలైయంట్ కావాలని, నా గుర్తింపు నేనే సంపాదించుకోవాలన్న కోరిక.

నేను నా స్వార్జితంతో కొన్న కార్‌నే వాడాలన్న పంతం కాని నాన్న ఒప్పుకోలేదు. కార్‌లో వెళ్తానంటేనే ఉద్యోగం చెయ్యనిస్తానని కండీషన్ పెట్టారు. ఆ రోజు మొదటిసారి నాన్న మొండితనానికి మనసులో థాంక్స్ చెప్పుకున్నా. ఆ కారే లేకపోతే నా ప్రేమ కథ స్టార్ట్ అయ్యేది కాదు మరి.

తన ఇంటికి డ్రాప్ చేసేవరకు రేవతి నాతో ఏం మాట్లాడలేదు. నేనూ ఏం కదపలేదు. ఇంటికి చేరాక, నన్ను కాసేపు ఆగమని చెప్పి ఇంట్లోకి వెళ్ళింది.

తిరిగొచ్చినప్పుడు వాళ్ళ నాన్నను వెంట తీసుకొచ్చింది.

నాకు ఎందుకో సడన్‌గా భయం మొదలయ్యింది. నేను ఆమెతో మర్యాదగానే ప్రవర్తించాను కదా? ఎందుకు నాన్నను తెచ్చిందా అని ఆలోచిస్తూ కార్ దిగాను.

రేవతి వాళ్ళ నాన్న, అంటే కాబోయే మామగారు "చేయి చాచి, థాంక్ యూ సో మచ్ ఫర్ ద హెల్ప్, భోజనం చేసి వెళ్ళండి" అంటూ ఆహ్వానించే సరికి ఊపిరి పీల్చుకున్నాను.

"యూ ఆర్ వెల్కం సర్. థాంక్స్ ఫర్ ద ఇన్విటేషన్. కానీ ఇంటికెళ్ళాలి, నేను లేకుండా అమ్మ భోజనం చెయ్యదు. సారీ, ఏమనుకోవద్దు" అన్నాను.

ఆయనోసారి కూతురు వైపు చూశారు, రేవతి చిన్న నవ్వు నవ్వింది. ఆ నవ్వు వెనక పరమార్థం ఏంటో ఎప్పటికీ చెప్పలేదు రేవతి నాకు. చెప్పకుండానే వెళ్ళిపోయింది." అని ఏదో నెమరువేసుకున్నట్టు కొన్ని క్షణాలు అలాగే మౌనంగా ఉండిపోయారు.

మళ్ళీ ఏదో గుర్తువచ్చినట్టు కథను కొనసాగిస్తూ "రేవతి వాళ్ళ నాన్న నాకు మరో సారి థాంక్స్ చెప్పి, ఎక్కడుంటానో అడిగారు, అడ్రస్ చెప్పాను. మరోసారి ఎప్పుడైనా అమ్మా నాన్నలతో రండీ అని చెప్పారు.

నాకు అర్థం కాలేదు కానీ సరేనని, ఒక సారి రేవతి వైపు చూసి వెళ్ళొస్తా అన్నట్టు తలూపి బయలుదేరాను. నన్ను చూసి తలూపడం మాత్రమే రేవతి నాతో చేసిన కమ్యూనికేషన్.

కట్ చేస్తే రెండు వారాల తర్వాత మా ఇంటికి ఒక లెటర్ వచ్చింది. రేవతి వాళ్ళ నాన్న పంపించారు.

అది చాలా పెద్ద కథ. కానీ, కట్టే కొట్టే తెచ్చే అన్నట్లు చెబుతాను. 'మీ అబ్బాయి మాకు నచ్చాడు, మా అమ్మాయిని చూస్కోడానికి మీకు అభ్యంతరం లేకపోతే మా ఇంటికి సపరివార సమేతంగా రండి' అని ఉత్తరపు సారాంశం. అందులోనే వాళ్ళ ఇంటి అడ్రస్ రాసీ, ఫ్యామిలీ ఫోటో కూడా పంపించారు."

"వావ్! ఇది కదా ట్విస్ట్ అంటే! ఇంటెరెస్టింగ్!" అన్నాడు సాగర్.

"హ... హ... హ! అసలు ట్విస్ట్ ఏంటంటే వాళ్ళు వాళ్ళ పెద్దమ్మాయి గురించి చెప్తే, నేను రేవతి గురించి అనుకొని సంబర పడిపోయాను."

ఆశ్చర్యంతో సాగర్ కళ్ళు పెద్దవి చేసుకుంటూ, "తర్వాతేమైంది ఓల్డ్ మ్యాన్?" అడిగాడు అరవింద్‌ని.

"తర్వాత కనకరాజు వచ్చాడు."

"ఆయనెవరు?" అని అడిగాడు సాగర్.

"నా స్నేహితుడు. గుడ్ మార్నింగ్ రా కనకా" అంటూ సాగర్ వెనుక నుండి వచ్చిన వ్యక్తిని పలకరించాడు అరవింద్.

ఒక్క క్షణం సాగర్‌కి అర్థం కాలేదు.

"మిగతా కథ రేపు చెప్తా యంగ్ మ్యాన్", అని సాగర్ అయోమయం చూసి నవ్వేసి, "మీట్ మై ఫ్రెండ్ కనకరాజు", అంటూ మిత్రుడిని సాగర్‌కు పరిచయం చేశాడు.

"కనకా, మీట్ మై యంగ్ ఫ్రెండ్ సాగర్."

"హలో సాగర్!" అంటూ కరచాలనం చేశాడు కనకరాజు.

"ఇతను యంగ్ ఫ్రెండ్ అయితే నేను ఓల్డ్ ఫ్రెండునా విందూ" అని గాంభీర్యం నటిస్తూ అడిగాడు కనకరాజు. అరవింద్ పక్కనే పార్క్ బెంచ్ మీద కూర్చుంటూ.

"నువ్వూ నేనూ ఓల్డేంట్రా, మనం దేవానంద్ టైప్, సిక్స్ టీన్ టిల్ వీ డై!" అంటూ కనకరాజు జబ్బమీద చరిచాడు అరవింద్.

సాగర్ ఇది చూసి నవ్వి, "ఐ అగ్రీ" అన్నాడు, ఇద్దరి ఎదురుగా నిలబడి తన వెంట తెచ్చుకున్న నీళ్ళ బాటిల్ నుండి నీళ్ళు తాగుతూ...

"ఇంతకీ ఏం కథ చెప్తున్నావ్ యంగ్ మ్యాన్‌కి?" అని అడిగాడు కనకరాజు.

"ఓహ్ అదా? నా పెళ్ళి కథ."

"అర్రే! భలే ఇంటెరెస్టింగ్ కథ. ఎందాకా చెప్పావు?"

"రేవతి నాన్న పెళ్ళి చూపులకి ఆహ్వానం పంపించిండం వరకు."

"సరే, తర్వాత కథ నేను చెప్తాను" అని కనకరాజు అనగానే అరవింద్

"ఒరే! నువ్వు నా పరువు తీసి గాని నిద్రపోవు. నువ్వొద్దులే, నేనే చెప్పుకుంటా" అని కాస్త భయపడుతూ నివేదించుకున్నాడు.

"నోర్మూయి రా! నువ్వు శోభన్‌బాబులా హీరో బిల్డప్పులు ఇచ్చుకుంటావ్. నేనైతే కాస్త నిజాయితీగా నీలో మోహన్‌బాబు యాంగిల్ కూడా కవర్ చేస్తా" అన్నాడు కనకరాజు నవ్వుతూ.

"ఏంట్రా కవర్ చేసేది?" అని ఓ గొంతు వినబడగానే అందరూ తమ వైపు

నడుచుకుంటూ వస్తున్న అతడ్ని చూశారు.

"రా రా మూర్తీ! మన విందు గాడి పెళ్ళి కథ నేనైతే నిజాయితీగా చెప్తాను అంటున్నా" అన్నాడు కనకరాజు అరవింద్ వైపు చూసి కన్ను కొడుతూ.

"అవునవును. ఆ కథ వాడు తప్ప ఎవ్వరు చెప్పినా సరిగ్గా చెప్తారు" అని గట్టిగా నవ్వుతూ కనకరాజుకి హై ఫై ఇచ్చి "హలో... ఐయామ్ నారాయణ మూర్తి" అంటూ చేయి చాచితే "హాయి మూర్తిగారు! ఐయామ్ సాగర్" అని పరిచయాలు చేస్కున్నారు.

"సరిపోయింది. కనకంగాడు చాలదని ఇప్పుడు మూర్తిగాడు కూడా తగులుకున్నాడు" అని తల పట్టుకున్నాడు అరవింద్.

ఇంక అక్కడ నుండి మొదలుకొని, అసలు రాజీ హ్యాండ్ బ్యాగ్ అరవిందే దాచేశాడని కనకరాజు, ఆ బ్యాగ్ ఎవరో తన లాకర్‌లో పెట్టారని తనకు తెలియక తాళం వేసుకొని వచ్చానని అరవింద్, లేదు అంతా నాటకమని మూర్తి, ఇలా కాసేపు స్నేహితులు ముగ్గురూ సరదాగా వాదులాడుకున్నారు.

సాగర్, మూర్తి, కనకరాజు కలిసి తెగ నవ్వుతుంటే, కాస్త ఉడుక్కుని, "మీ మొఖాలకి ప్రేమ పెళ్ళిళ్ళు కాలేదని కుళ్ళురా" అంటూ విసురుగా బెంచ్ మీది నుంచి లేచి నిలబడ్డాడు.

"ఇదిగో యంగ్ మ్యాన్, నేను ఇంటికి వెళ్తున్నా. నువ్వు వస్తున్నావా? వీళ్ళ హరికథలు వింటూ కూర్చుంటావా?" అనేసరికి సాగర్ కూడా లేచి "వస్తున్నా ఓల్డ్ మ్యాన్" అని, "ప్లెజర్ మీటింగ్ యూ బోత్, మళ్ళీ కలుద్దాం" అని ఇద్దరికీ షేక్ హ్యాండిచ్చి, అరవింద్ వెనక గబగబా నడుస్తూ తనని చేరుకున్నాడు. ఇంతలో వెనకనుండి మిత్ర ద్వయం "*అలిగిన వేళనే చూడాలి గోకులకృష్ణుని అందాలు*" అని పాటందుకున్నారు.

అప్పటి దాకా, తనకు జరిగిన ర్యాగింగ్‌కి నిజంగా కోపం వచ్చిందేమో అని భయపడుతుంటే దోస్తుల పాటకి ముసి ముసి నవ్వులు నవ్వుతున్న అరవింద్‌ని చూసి, కాస్త సర్ప్రైజ్ అయ్యాడు సాగర్. "అదేంటి నవ్వుతున్నారు? మీకు కోపం వచ్చిందేమో అని భయపడ్డాను ఓల్డ్ మ్యాన్" అన్నాడు. ఆ మాటకు ఫక్కున

నవ్వేసి “వీళ్ళు నాకు ప్రాణ స్నేహితులు. ఇవి మాకెప్పుడూ ఉండేవే. ఇవ్వాళ నేను బకరా అయ్యాను. రేపు ఇంకొకడి నంబర్ వస్తుంది. ర్యాగింగ్ మాత్రం అందరం ఎంజాయి చేస్తాం” అని చెప్తున్నప్పుడు అరవింద్ మొహంలో ఆనందం, సంతృప్తి చూస్తే స్నేహం గురించి ఎన్ని యుగాలైనా ఇప్పటికీ గొప్పగా చెప్పుకుంటారు ఇందుకే కాబోలని అనిపించింది సాగర్‌కి. కానీ అరవింద్‌తో స్నేహం తన జీవితంలో ఒక ఊహించని మలుపు తెస్తుందని అప్పుడు తెలియలేదు తనకి.

మాటల్లో పార్కింగ్ లాట్ దగ్గరకు చేరారు. సాగర్ తన కార్ నుండి జిమ్ బ్యాగ్ తీసుకొని, బండి లాక్ చేసి, లిఫ్ట్ దగ్గర వేచిచూస్తున్న అరవింద్ దగ్గరికి చేరాడు. “సరే మరి, మిగతా కథ ఇవాళ డిన్నర్‌కి వచ్చి విను” అని అరవింద్ ఆఫర్ చేసేసరికి, “అయ్యో! ఇవ్వాళ టీమ్ డిన్నర్ ఓల్డ్ మ్యాన్. కుదరదు. అయినా మీ ఫ్రెండ్స్ చెప్తుంటేనే కథ ఇంటెరెస్టింగ్‌గా ఉంది” అని వెక్కిరిస్తూ సాగర్ అంటే “మిత్ర ద్రోహి” అని వచ్చిన లిఫ్ట్ కార్లోకి ఎక్కి 10వ ఫ్లోర్ బటన్ నొక్కాడు.

పదో ఫ్లోర్ చేరాకా “సీ యూ లేటర్” అని చెప్పుకొని ఎవరి ఫ్లాట్‌కి వాళ్ళు వెళ్ళిపోయారు. ముగ్గురు స్నేహితులతో ఉల్లాసంగా తన రోజు మొదలయ్యేసరికి చాలా మంచి మూడ్‌లో ఆఫీసుకి వెళ్ళాడు సాగర్.

టీమ్ డిన్నర్ పూర్తి చేసుకొని ఇంటికి చేరేసరికి రాత్రి 10:30 అయ్యింది. షూస్ బయట ర్యాక్‌లో పెట్టి, లోపలకి వచ్చి, ఎక్కడి చేరాల్సిన వస్తువులు అక్కడ పెట్టేసి, స్నానానికి వెళ్ళాడు.

స్నానం చేసి వచ్చి, బెడ్ మీదకు చేరి, మ్యూజిక్ సిస్టంలో ‘స్యాక్సోఫోన్ కవర్స్ ఆఫ్ ఇంటర్‌నేషనల్ హిట్స్’ ప్లే చేసి, ఒకసారి ఫోన్ చూసుకున్నాడు. పక్కింట్లో సత్యన్నారాయణ వ్రతానికి వెళ్ళిన ఫోటో పంపింది అమ్మ. నాన్న పంచె కట్టుకున్న సెల్ఫీ పంపించాడు. ఇద్దరూ గుర్తుకొచ్చేసరికి వాళ్ళని వెళ్ళి ఒకసారి చూడాలనిపించింది సాగర్‌కి. రెండు ఫోటోలకు ఒక్కొక్క ఎర్ర గుండె ఎమోజీ తగిలించి, ఇద్దరూ చాలా క్యూట్‌గా ఉన్నారని మెసేజ్ చేశాడు.

మరో నిమిషం పాటు అలాగే వాళ్ళ ఫోటోలను చూస్తూ ఉండి పోయాడు. అమ్మ మొహంలో కాస్త అలసట కాని కళ అలాగే ఉంది. ఈ మధ్య కాస్త చిక్కింది. అదేదో మిల్లెట్ డైట్ అంట, వాళ్ళ స్నేహితురాళ్ళ గ్రూప్‌లో బాగా పాపులర్ అయ్యిందని అమ్మ కూడా మొదలు పెట్టింది.

అమ్మకు డైట్ అవసరం లేదు. ఎందుకు కడుపు మాడ్చుకుంటుందో అనుకున్నాడు. నాన్న అలాగే ఉన్నాడు. జుట్టు కాస్త ఎక్కువ నెరిసింది. గడ్డంలో కూడా తెల్ల వెంట్రుకలు ఎక్కువ కనిపిస్తున్నాయి. ఇద్దరికీ వయసు మళ్ళుతుందని కళ్ళకు కనిపిస్తున్నా, మనసు ఆ నిజాన్ని అంగీకరచడానికి ఒప్పుకోవడం లేదు. అమ్మా నాన్నలని మిస్ అవుతున్నాడని అర్థమయ్యింది. ఈ నెల ఎలాగైనా వెళ్ళి వాళ్ళని కలవాలని నిర్ణయించుకున్నాడు.

కాలేజ్ గ్రూప్‌లో అవే పనికిమాలిన ఫార్వర్డ్లు, చూసీ చూసీ ఏదో రోజు ఈ గ్రూప్ నుండి ఎగ్జిట్ కొట్టేస్తా అనుకున్నాడు.

ఇవాళ వైజాగ్ దోస్త్ ఎప్పటిలానే గుడ్ నైట్ మెసేజ్‌తో ఒక స్యాటిన్ నైట్ గౌన్‌లో ఉన్న తేనె కళ్ళ, సొట్ట బుగ్గల అమ్మాయి బొమ్మ. సొట్ట బుగ్గలున్న అమ్మాయిల్లో ఏదో అదనపు ఆకర్షణ ఉంటుందనుకుంటూ గుడ్ నైట్ రిప్లయ్ పంపించి కళ్ళు మూసుకొని నిద్రా దేవి కోసం వేచి చూశాడు.

***

3

ఉదయం జిమ్ నుంచి తిరిగొచ్చాక అరవింద్ వాకింగ్‌కి వస్తాడేమోనని కాసేపు పార్కింగ్ లాట్‌లో తచ్చాడాడు. ఇన్ని రోజుల పరిచయంలో ఫోన్ నంబర్ కనుక్కోలేదని తిట్టుకున్నాడు. సరే ఇంటికెళ్ళి అడుగుదామని కార్ లాక్ చేసి, లిఫ్ట్ దగ్గరకు జిమ్ బ్యాగ్‌తో వచ్చి నిల్చున్నాడు. లిఫ్ట్ తెరుచుకోగానే వాకింగ్ గెటప్‌లో అరవింద్ కనిపించారు.

“గుడ్ మార్నింగ్ ఓల్డ్ మ్యాన్. మీకోసమే చూస్తున్నా. వాకింగ్‌కేనా?”

“గుడ్ మార్నింగ్ యంగ్ మ్యాన్. అవును వాకింగ్‌కే. నువ్వు వస్తున్నావ్‌గా? పద”

జిమ్ బ్యాగ్ మళ్ళీ కార్‌లో పెట్టి, అరవింద్‌తో పాటు బయల్దేరాడు.

“అయినా మా ముసలాళ్ళతో బోర్ కొట్టడం లేదేంటయ్యా నీకు? వెయిట్ చేసి మరీ వాకింగ్‌కి వస్తున్నావ్”, అని అరవింద్ నవ్వుతూ అడిగేసరికి, “మీది అసలు చాలా హ్యాపెనింగ్ లైఫ్. ఒక్క రోజులో ఎంత థ్రిల్లింగ్ స్టోరీ చెప్పారసలు. ఇంకా ఇలాంటివి ఎన్ని ఉన్నాయోననే కొంచెం క్యూరియోసిటీతో కూడిన అసూయ నాది” అని సాగర్ బదులిచ్చాడు.

“మా కనకం, మూర్తి నిన్ను అస్సలు డిజప్పాయింట్ చెయ్యరు. ఇక నా పరువుకి వాళ్ళ చేతిలో రోజూ పోస్ట్ మార్టమే” అని పార్క్ బెంచ్ దగ్గరకు చేరేసరికి అప్పటికే ఇద్దరు మిత్రులు అక్కడ కూర్చొనున్నారు.

"రా రా విందూ, నీ కోసమే చూస్తున్నాం" అని మూర్తి పలకరించాడు. హాయ్, హలో, గుడ్ మార్నింగ్‌ల పర్వం ముగిశాక "ఇంతకీ పెళ్ళి చూపుల ఎపిసోడ్ చెప్పలేదు కదూ? మనోడు చిన్నమ్మాయి రేవతి కోసం వెళ్తే అక్కడ పెద్దమ్మాయి అనురాధ పెళ్ళి కూతురు గెటప్‌లో ఉండటం చూసి అవాక్కయ్యాడు. ఆమెతో కాసేపు మాట్లాడటానికి పర్మిషన్ అడిగి రేవతిని ఇష్టపడుతున్నానని, తనని తప్పుగా అనుకోవద్దని తనకి ధైర్యంగా చెప్పేశాడు హీరో. అనురాధ కూడా పాపం మంచమ్మాయి. అర్థం చేసుకొని వాళ్ళ అమ్మానాన్నలతో మాట్లాడి ఒప్పించింది. నిజానికి అది చాలా ట్రిక్కీ సిచువేషన్. అబ్బాయి నచ్చలేదు అని చెప్పడానికి లేదు ఎందుకంటే వాళ్ళే నచ్చి పిల్లనివ్వడానికి పిలిచారు కాబట్టి. లేదూ రేవతికే ఇచ్చి చేద్దామంటే, పెద్దమ్మాయికి చెయ్యకుండా చిన్నమ్మాయికి ఎలా చేస్తామన్న సమస్య వస్తుంది. ఇంట్లో అందరినీ ఒప్పించేసింది కానీ విందూ గాడి మామగారికి మాత్రం కోపం వీడి మీద. అందరి ఎదురుగానే ఎట్టి పరిస్థితుల్లో అనురాధకు పెళ్ళి చేయ్యకుండా రేవతికి పెళ్ళి చెయ్యడం జరగదని కుండబద్దలు కొట్టేసి చెప్పేశారు. విందూ నాన్నకి ఆ మాటకి కోపం వచ్చింది. ఇద్దరు వియ్యంకులు చాన్నాళ్ళు కారాలు మిరియాలు నూరుకున్నారు. వీడి అదృష్టం బావుండి ఆరు నెలల్లోనే అనురాధకు మంచి సంబంధం కురిదిపోయింది. దాంతో మనోడికి లైన్ క్లియర్. మాంగల్యం తంతునేనా" అంటూ మిగిలిన పెళ్ళి కథ పూర్తి చేశారు కనకరాజు.

"వెరీ ఇంటెరెస్టింగ్!" అని వర్డిక్ట్ ఇచ్చాడు సాగర్.

"అసలు పెళ్ళాయ్యాక వీడి మామ వీడికి ఎన్ని చెరువుల నీళ్ళు తాగించాడో తెలిస్తే రోజంతా పొట్ట చెక్కలయ్యేలా నవ్వుతావ్" అని మూర్తి అంటే, అరవింద్ వెంటనే "నువ్వు ఉన్నవీ లేనివీ కలిపించి, ఇంకాస్త మసాలా దట్టించి చెప్తే అలాగే ఉంటుంది మరి" అన్నాడు కాస్త రోషంగా.

"మరో వారానికి సరిపడా వాకింగ్ టైం కథలున్నాయన్నమాట. మా జెనరేషన్ వాళ్ళు వాకింగ్ అప్పుడు పాడ్కాస్ట్‌లూ పాటలు వింటుంటారు గానీ నేను మాత్రం లైవ్‌లో కథలు వింటున్నాను. ఐ యామ్ సో లక్కీ!" అని మురిసిపోయాడు సాగర్.

"మురిసిపోయింది చాలు కానీ పద నీకు ఆఫీసుకు టైం అవుతోంది" అని కాస్త అథారిటీతో అనగానే సాగర్‌కు నాన్న గుర్తొచ్చాడు. కళ్ళల్లో కాస్త తడి చేరబోతుందగానే తేరుకొని, "ఆల్రైట్ దెన్! రేపు మళ్ళీ కలుద్దాం!" అని మూర్తీ, కనకరాజులకు బై చెప్పేసి అరవింద్‌తో అపార్ట్‌మెంట్‌కి తిరిగొచ్చాడు.

స్నానం చేసి వచ్చేసరికి డోర్ బెల్ మోగుతుంది. ఎవరబ్బా అనుకుంటూ గబ గబా టీ షర్ట్, షార్ట్స్ వేసుకొని, తలుపు తీసి చూస్తే సుబ్బయ్య ఒక పెద్ద పళ్ళెంలో ఒక క్యాసరోల్, రెండు చిన్న కప్పులు మూత పెట్టినవి, ఒక చిన్న ఫ్లాస్క్ తీసుకొని వచ్చాడు. "ఏంటిది సుబ్బయ్యా?" అనడిగాడు. "అయ్యగారు మీకు ఇచ్చి రమ్మన్నారండీ" అంటూ లోపలకి వచ్చి డైనింగ్ టేబల్ మీద పెట్టి "వెళ్ళొస్తా బాబు" అని వెళ్ళిపోయాడు.

క్యాసరోల్ కింద మడత పెట్టి ఉన్న ఒక కాగితం ఉంది. తీసి చూస్తే "*ఇందాక నీ మనసు నొప్పించినందుకు సారీ యంగ్ మ్యాన్ నువ్వు చనువిచ్చావని నేను హద్దు మీరి నీతో ప్రవర్తించాను. ప్లీజ్ యాక్సెప్ట్ మై అపాలజీస్. ఎంజాయ్ యువర్ బ్రేక్‌ఫాస్ట్*" అని రాసి ఉంది. కింద అరవింద్ సంతకం ఉంది.

ఒక్కసారి ఆలోచనలో పడ్డాడు సాగర్. హద్దు మీరి ప్రవర్తించారా? ఎప్పుడబ్బా? అనుకుంటూ క్యాసరోల్ తెరిచి చూస్తే పెసరట్లు, రెండు కప్పుల్లో అల్లం చట్నీ, కొబ్బరి చట్నీలున్నాయి. అవన్నీ తర్వాత ఆలోచించొచ్చని వెంటనే పెసరట్టుని ఒక పట్టు పట్టడానికి సిద్ధమయ్యాడు. నాలుగు పెసరట్లు తినలేనేమో అనుకున్న సాగర్ సందేహం మూడో అట్టు మొదలెట్టేసరికి పటాపంచలయ్యింది.

సరే ఇక కాఫీకి కూడా మోక్షం ప్రసాదించేద్దాం అనుకుంటూ కిచెన్‌లోంచి తనకు ఇష్టమైన కాఫీ మగ్ తెచ్చుకొని, ఫ్లాస్క్‌లో కాఫీ అందులో పోసి, మగ్ ఒక చేత్తో, అరవింద్ పంపిన సందేశం ఒక చేతిలో పెట్టుకొని, కాఫీ తాగుతూ మళ్ళీ ఆ లెటర్ చదివాడు. హద్దుమీరి ప్రవర్తించారా? ఒకవేళ ఆయన తనని "మురిసిపోయింది చాలు. ఇక బయలుదేరు" అన్నప్పుడు తన కళ్ళల్లో తడి చూసి బాధపడ్డాననుకున్నారా!? అనే సందేహం వచ్చింది.

కాఫీ తాగేసి, తన బుక్ షెల్ఫ్ మీదున్న పెన్ స్టాండ్‌లోంచి ఒక పెన్ తీసుకోని

డైనింగ్ టేబల్ దగ్గర కుర్చీలో కూర్చొని అరవింద్ లెటర్‌ని తిప్పి, రాయడం మొదలు పెట్టాడు.

"మీరు చనువుగా ఓ మాటనేసరికి నాన్న గుర్తొచ్చారు, కాస్త ఎమోషనల్ అయ్యాను. నిజానికి మిమ్మల్ని ఒక్కసారి హగ్ చేసుకోవాలనిపించింది. సో మీరు బాధపడాల్సిందేం లేదు. అండ్ థాంక్యూ ఫర్ ద లవ్లీ బ్రేక్‌ఫాస్ట్. స్పెషల్ థాంక్స్ టు సుబ్బయ్య.

ఇట్లు
యంగ్ మ్యాన్

అని కింద తన ఫోన్ నంబర్ రాసి, పక్కన పెట్టి ఆఫీసుకు రెడీ అయ్యాడు.

ఇలా లెటర్ రాసి ఇచ్చే బదులు తనే స్వయంగా వెళ్ళి మాట్లడొచ్చు కానీ మళ్ళీ ఎమోషనల్ అయిపోతాడేమో! అసలే అమ్మా నాన్నలని మిస్సవుతున్నాడు. ఇంక రోజంతా అలా వెలితిగానే ఉంటుందని భయపడి, ఇప్పటికి లెటర్‌తో సరిపెట్టాడు.

తర్వాత ఎప్పుడైనా తీరిగ్గా దీని గురించి మాట్లాడదామని అనుకొని, ఆఫీసుకి రెడీ అయ్యాక, ఇంటికి తాళమేసి, బయట షూస్ వేసుకొని, అరవింద్ తలుపు అడుగున సందు నుండి లెటర్‌ని ఇంటి లోపలకి నెట్టి బయలుదేరిపోయాడు.

ఆఫీసులో ఉదయమంతా చాలా హడావుడిగా ఉన్నా, మధ్యాహ్నం నుండి ఏదో టీం బిల్డింగ్ యాక్టివిటీ అని పెద్దగా పని లేకుండా ఉండటం కాస్త రిలీఫ్‌గా ఉంది సాగర్‌కి.

కానీ మనసంతా వైజాగ్ మీదే ఉంది. సాయంత్రం అమ్మా నాన్నల కోసం షాపింగ్ చేద్దామని ముందురోజే నిర్ణయించుకున్నాడు. ఆఫీసు ముగించుకొని షాపింగ్ మాల్‌కు వెళ్ళాడు. అమ్మకు ఒక చీర, ఒక హ్యాండ్ బ్యాగ్, నాన్నకు ఒక జత బట్టలు, ఒక వాచ్ కొన్నాడు. ఎందుకో అరవింద్ గుర్తొచ్చాడు. ఆయన కోసం చిన్న గాజు బొమ్మ, లాఫింగ్ బుద్ధా కొన్నాడు. సుబ్బయ్య కోసం ఏమైనా కొందామనుకున్నాడు కానీ ఏం తోచలేదు. అందుకే ఒక టీ షర్ట్ తీసుకున్నాడు. అదే మాల్ ఫుడ్ కోర్ట్‌లో భోంచేసి ఇంటికి తిరిగొచ్చాడు.

లిఫ్ట్‌లో ఉండగా ఏదో తెలియని నంబర్ నుండి కాల్ వచ్చింది. కాల్ రిసీవ్ చేసుకున్నాడు కాని నెట్వర్క్ లేకపోవడం వలన ఏం వినబడలేదు. సరే ఇంటికి చేరాక కాల్ బ్యాక్ చేద్దామనుకున్నాడు.

తన ఫ్లాట్‌కి చేరి, స్నానం చేసి, మంచం మీద సేద తీరుతూ, మ్యూజిక్ సిస్టంలో 90s ఇళయరాజ హిట్స్ వింటూ, మొబైల్ అందుకొని వాట్సాప్ చూశాడు. అమ్మ ఇవ్వాళ ప్రసాదం పులిహోర అద్భుతంగా చేసిందని నాన్న పొగిడేస్తున్నాడు. అమ్మ మాత్రం, ఇంకాస్త ఉప్పు పడుంటే పర్ఫెక్ట్‌గా ఉండేదన్నది. నీకు కాంప్లిమెంట్ తీసుకోవడం కూడా రాదు అని నాన్న విసుక్కున్నాడు. ఆ మెసేజెస్ చూసి సాగర్ నవ్వుకున్నాడు.

ఎప్పటిలానే కాలేజ్ గ్రూప్, ఆఫీస్ గ్రూప్‌లను స్కిప్ చేశాడు.

తెలియని నంబర్ నుండి, 'హాయ్ సాగర్! దిస్ ఈజ్ మూర్తి.' అని మెసేజ్ ఉంది. ఎవరబ్బా ఈ మూర్తి అనుకున్నాడు. తను డ్రైవింగ్‌లో ఉండగా వచ్చింది. తన ఫోన్‌లో కాల్స్‌కి తప్ప ఇంక యే యాప్‌కి నోటిఫికేషన్లు ఆన్‌లో ఉండవు. అనవసరమైన డిస్ట్రాక్షన్. ఎమర్జెన్సీ అయితే కాల్ ఎలాగూ చేస్తారు కదా అన్నది సాగర్ లాజిక్. అప్పుడు సడన్‌గా లిఫ్ట్‌లో తనకు వచ్చిన కాల్ గుర్తొచ్చి, టైం చూశాడు. రాత్రి పదయ్యింది. కాల్ వచ్చి 20 నిమిషాలవుతుంది. చెయ్యాలా వద్దా అన్న తర్జన భర్జన పడ్డాడు కాసేపు. ఆఖరికి ఏమైతే అయ్యిందని అదే నంబర్‌కు కాల్ చేశాడు.

"హలో!"

"హలో! ఈ నంబర్ నుండి ఇందాక నాకు ఒక కాల్ వచ్చిందండి."

"సాగర్?"

"అవును. మీరూ?"

"సాగర్, నేను మూర్తి."

"ఓహ్! గుడ్ ఈవెనింగ్ మూర్తి గారు. ఏంటి ఈ టైంలో కాల్ చేశారు? అంతా ఒకే కదా?"

"లేదు సాగర్. ఇట్స్ నాట్ ఓకే. విందూకి హార్ట్ అటాక్ వచ్చింది. ఇప్పుడు ఆపరేషన్ థియేటర్‌లో ఉన్నాడు."

ఒక్కసారిగా ఉలిక్కిపడి లేచి కూర్చున్నాడు సాగర్.

"వాట్? ఎప్పుడు, ఎలా? ఎక్కడున్నారు?"

సాయంత్రం వచ్చిందని, మిగత వివరాలు తర్వాత చెప్తానని, ఆసుపత్రి పేరు చెప్పి కాల్ ముగించాడు మూర్తి.

వెంటనే లేచి బట్టలు మార్చుకొని ఆసుపత్రికి బయలుదేరాడు.

ఆసుపత్రిలో ఆపరేషన్ థియేటర్ బయట సుబ్బయ్య, మూర్తి, మరో అబ్బాయి కూర్చొని ఉన్నారు. సాగర్ వాళ్ళ దగ్గరకు వచ్చి పలకరించాడు, సుబ్బయ్య ఏడుస్తూ ఉన్నాడని తన కళ్ళు చూస్తే అర్థమవుతుంది. సుబ్బయ్య భుజం మీద చేయి వేసి ధైర్యంగా ఉండు, ఆయన త్వరగా కోలుకుంటారని చెప్పాడు. మూర్తి పక్కన ఉన్న అబ్బాయిని పరిచయం చేస్తూ, "దిస్ ఈజ్ రాహుల్. విందూ అక్క కొడుకు. మైసూర్‌లో ఉద్యోగం చేస్తున్నాడు. లక్కీగా వీకెండ్ అని బెంగుళూరు వచ్చాడు, విందూకి హార్ట్ అటాక్ వచ్చిన సమయానికి రాహుల్ అక్కడే ఉన్నాడు. దాంతో వెంటనే ఆసుపత్రికి తీసుకురాగలిగారు" అని పరిచయం చేశాడు. సాగర్, రాహుల్ ఇద్దరూ షేక్ హ్యాండ్ ఇచ్చుకున్నారు. రాహుల్ ఏం ప్రశ్నలు వెయ్యకపోయేసరికి తన గురించి ఆల్రెడీ చెప్పినట్టు ఉన్నారు అనుకున్నాడు సాగర్.

"డాక్టర్ ఏమన్నారు?" అని అడిగాడు మూర్తిని.

"విందూకి గుండె పోటు రావడం ఇది రెండోసారి. మొదటిసారి నాలుగేళ్ళ కిందట వచ్చింది కాని మైల్డ్ అన్నారు. రేవతి చనిపోయాక బాగా కృంగి పోయాడప్పుడు. అప్పుడే తాగుడు కూడా అలవాటైంది. ఈసారి మ్యాసివ్ అంటున్నారు. అందుకే వెంటనే సర్జరీ కూడా చేస్తున్నారు. ఏ విషయమూ సర్జరీ అయిన 48 గంటల వరకు చెప్పలేమంటున్నారు" అని చెప్పాడు మూర్తి.

"తన ఫ్యామిలీకి ఈ విషయం తెలిసిందా?" అడిగాడు సాగర్.

"పెద్ద కొడుకు శిశిర్ అమెరికాలో ఉంటాడు. గంట గంటకూ ఫోన్ చేసి

అప్డేట్స్ తీసుకుంటున్నాడు. వీలు చూసుకొని త్వరలోనే వస్తాడు. కూతురు చైత్ర, కేరళలో. ఆఖరివాడు హేమంత్ ముంబైలో ఉన్నాడు. అందరికీ ఇన్ఫార్మ్ చేశాం. రేపు మధ్యాహ్నానికి హేమంత్ చేరతాడు. చైత్ర ఉదయానికల్లా చేరుకోవడానికి ట్రై చేస్తోంది."

"ముగ్గురు పిల్లలున్నా, అరవింద్ గారు ఒంటరిగా ఎందుకు ఉంటున్నారు?" సాగర్ మనసులో సందేహం బయటపెట్టాడు.

ఒక నిట్టూర్పు విడిచి, రాహుల్‌తో, "నువ్వు ఇక్కడే ఉండు, కనకరాజు కూడా వస్తున్నాడు. నేను, సాగర్ వెళ్ళి కాఫీ తాగి వస్తాం. నీక్కూడా కావాలా?" అని అడిగాడు.

స్ట్రాంగ్‌గా ఉంటే ఒక కప్ కావాలి అని చెప్పాడు రాహుల్.

సరే అని మూర్తి సాగర్‌తో పాటు కెఫేటీరియాకి వెళ్ళి, కాఫీ ఆర్డర్ చేసి, అక్కడే కుర్చీల్లో కూర్చున్నారు.

"విందూ గాడిది పిల్లలు నిర్లక్ష్యం చేసిన తండ్రి కథ కాదు సాగర్. నిజానికి పిల్లలకు వాడంటే ప్రాణం.

పెద్దోడు శిశిర్ పెళ్ళైన రెండో సంవత్సరం పుట్టాడు. తర్వాత మరో రెండేళ్ళకి చైత్ర, ఆ తర్వాత మూడేళ్ళకి హేమంత్ పుట్టారు."

"అందరికీ ఋతువుల పేర్లు పెట్టారు. బాగున్నాయి" అని మెచ్చుకున్నాడు.

"ఆ క్రెడిట్ అంతా రేవతిదే. ముగ్గురు పిల్లలు బాగా చదువుకున్నారు. అందరూ చక్కగా సెటిల్ అయ్యారు. పెళ్ళిళ్ళు చేసుకున్నారు. శిశిర్ కార్డియాలజిస్ట్‌గా అమెరికాలో చేస్తున్నాడు. రేవతి బ్రతికుండగా చూసిన పెళ్ళి ఒక్క శిశిర్‌దే. అమెరికాలోనే తన కొలీగ్ సెలీన్‌ని ఇష్టపడి ఇక్కడ మన సాంప్రదాయం ప్రకారం పెళ్ళి చేసుకొని అమెరికా తిరిగి వెళ్ళిపోయాడు. పెళ్ళైన ఏడాదికే ఓ యాక్సిడెంట్‌లో సెలీన్ చనిపోయింది. విందూ కుటుంబం చాలా పెద్ద షాక్‌కు గురయ్యింది. శిశిర్‌ని ఇండియా వచ్చేయమని రేవతీ, విందూ చాలాసార్లు అడిగారు.

కానీ భార్య జ్ఞాపకాలతో అక్కడే ఉండిపోవాలని నిర్ణయించుకున్నాడు. చైత్రా

కాలేజ్‌లో ఉండగా ఒక సీనియర్ తనని ఇష్టపడ్డాడు. కేరళ అబ్బాయి. ఇరు కుటుంబాల అంగీకారంతో పెళ్ళి చేసుకున్నారు. అబ్బాయికి కేరళలో రబ్బర్ ప్లేంటేషన్స్ ఉన్నాయి, అదే బిజినెస్ చేస్తున్నాడు. ఇద్దరికీ ఒక కూతురు. మూడో వాడు హేమంత్ ముంబైలో ఒక పెద్ద యాడ్ ఏజెన్సీ నడుపుతున్నాడు. పెద్ద పెద్ద సెలెబ్రిటీస్‌తో పని చేశాడు. ఒకసారి ఏదో స్లమ్ ఏరియాలో ఎన్జీవోతో కలిసి పని చేస్తున్నప్పుడు సంజనాని కలిశాడు. ఆ అమ్మాయి సోషల్ యాక్టివిస్ట్. తనని పెళ్ళిచేసుకొని అక్కడే సెటిల్ అయిపోయాడు. విందూని ముంబై రమ్మని చాలాసార్లు బ్రతిమాలాడాడు.

ఒకసారైతే సామానంతా ప్యాక్ చేసేసి మూవర్స్ అండ్ ప్యాకర్స్‌ని పురమాయించేసి, దగ్గరుండి ముంబై తీసుకెళ్ళడానికి హేమంత్ స్వయంగా వచ్చాడు. విందూ రానని మొండికేశాడు. ఆ రోజు హేమంత్‌కి చాలా కోపం వచ్చింది. తన దగ్గరికి రమ్మని ఇక ఎప్పుడు అడగలేదు. కాని పాపం సంజనా, అప్పుడప్పుడు ఫోన్ చేసి అడిగేది ముంబై వచ్చేయమని. చైత్రా కూడా ఒకటికి రెండుసార్లు తన దగ్గరికి రమ్మని అడిగింది కాని ఆడపిల్ల ఇంట్లో ఏముంటామని విందూకి మొహమాటం.

ఒకసారి, "ఈ ఊళ్ళో ఉంటే రేవతి తనతో ఉన్నట్టే ఉంటుంది" అని అన్నాడు. పాత ఇంట్లో ఒంటరిగా ఉండలేక తన తాతల నాటి బంగ్లా కేర్‌టేకర్‌కి అప్పగించి, మాకు దగ్గర్లో ఉండాలని మీ అపార్ట్‌మెంట్‌లో ఫ్లాట్ తీస్కున్నాడు." అని చెప్పి

"మరో కప్పు కాఫీ తాగుదామా" అడిగాడు.

"ష్యూర్! కానీ రాహుల్ అక్కడ ఒక్కడే ఉన్నాడు. పర్వాలేదా?" అని అడిగాడు. సాగర్ "కనకం వచ్చి పావు గంటైంది. ఇందాక వాట్సాప్‌లో మెసేజ్ చేశాడు. హీ విల్ కీప్ రాహుల్ కంపెనీ." పర్వాలేదు అని మూర్తి భరోసా ఇచ్చేసరికి, "సరే. నేను కాఫీ తెస్తాను", అని సాగర్ బిల్లింగ్ కౌంటర్ దగ్గరకు వెళ్ళి మరో రెండు కప్పుల కాఫీ ఆర్డర్ చేసి వచ్చి ఎదురుగా కూర్చున్నాడు.

"ఈ తాగుడు ఎలా అలవాటైంది?"

“రేవతి చనిపోయాక విందూ ఆ బాధని తట్టుకోలేకపోయాడు. ఉద్యోగం నుండి వీఆర్ఎస్ తీసుకున్నాడు. వాడంటే శ్రీమంతుడు. అప్పటికి పిల్లల చదువులు అయిపోయాయి. మాకు ఉద్యోగం ముఖ్యం. వెళ్ళకతప్పలేదు. మేము పనికి వెళ్ళినప్పుడు వాడు ఒక్కడే లైబ్రెరీ అని, పార్క్ అని, థియేటర్ అని కొన్నాళ్ళు కాలక్షేపం చేశాడు కానీ ఎక్కడా మనశ్శాంతి దక్కలేదు. ఓసారి ఏదో క్లబ్‌కి వెళ్ళాడు. పేకాట అలవాటౌతుందనుకున్నాం కానీ మందు అలవాటైంది. అంతే, రాత్రి పగలు తేడా లేకుండా తాగేవాడు.

పాపం కార్ డ్రైవర్, ఎన్నోసార్లు తిప్పలు పడి ఇంటికి తీసుకొచ్చేవాడు. ఒకసారి తాగి క్లబ్‌లో గొడవ చేస్తున్నాడని బయటకు నెట్టేశారు కూడా. ఆ కోపంతో డ్రైవర్‌ని కొట్టాడు విందూ. అయినా, పాపం వాడు విశ్వాసం ఉన్నవాడు కాబట్టి ఇంటికి తీసుకొచ్చి సుబ్బయ్యకి అప్పగించాడు. ఉదయం లేచాక తనేం చేసాడో తెలుసున్నాక చాలా బాధ పడ్డాడు, డ్రైవర్ ఇంటికి వెళ్ళి క్షమాపణ చెప్పాడు.

మరోసారి తాగేసి చిన్న కుర్రాడి సైకిల్‌కి అడ్డుగా వచ్చాడు. విందూని తప్పించబోయి ఆ బాబు అక్కడ కన్‌స్ట్రక్షన్‌లో ఉన్న ఇనప చువ్వలకు గుద్దుకున్నాడు. అదృష్టవశాత్తు కళ్ళకు ఏం కాలేదు. ఆ సంఘటన తర్వాత విందూ చాలా వరకు తాగుడు మానేశాడు” అని చెప్పాడు.

“మరి ఒకసారి మానేసి మళ్ళీ ఎందుకు మొదలుపెట్టారు?” అడిగాడు సాగర్.

“దానికి ఒక బలమైన కారణం ఉంది. శివానీ.”అన్నారు మూర్తి

“శివానీ ఎవరు?” అని సాగర్ అడిగాడు.

“దాదాపు 4-5 నెలల కిందట ఓ రోజు సాయంత్రం విందూ తాగేసి ఎటు వెళ్తున్నాడో తెలియని స్థితిలో అపార్ట్‌మెంట్ కాంప్లెక్స్ వెనుక ఉండే చిన్న బస్తీ వైపు వెళ్ళిపోయాడు. అంటే ఈ చుట్టుపక్కల ఉండే అపార్ట్‌మెంట్స్‌లో పని చేసే వాళ్ళందరూ ఉండే బస్తీ అన్న మాట. బస్తీని ఆనుకొని ఒక చిన్న కాలువ ఉంది. అది అప్పటికే ఎండిపోయి ఉంది. దానికి అటు వైపు రైల్వే ట్రాక్. విందూ తాగేసి

అలా నడుచుకుంటూ రైలు పట్టాల వైపు వెళ్ళడం చూసిన ఏడేళ్ళ పాప, వెంటనే విందూని ఆపడానికి ప్రయత్నించింది కాని అంత పెద్ద మనిషిని ఇంత చిన్న పిల్ల ఎలా ఆపగలదు? ఆ క్షణానికి ఏం చెయ్యాలో తోచక, వేరే ఎవరినైనా పిలిచేంత సమయం లేదని అర్థం చేసుకొని, విందూ కాలి మీద రాళ్ళతో కొట్టింది. ఆ దెబ్బలకు ఎక్కడి వాడు అక్కడే కూలబడి పోయాడు. ఆ పాప గట్టి గట్టిగా అరిచి పెద్దవాళ్ళను పిలిచింది కాని దాదాపు 15 నిమిషాల వరకు ఎవరూ రాలేదు. తను ఇంటికి ఇంకా రాలేదని తనను వెతుక్కుంటూ వాళ్ళ బాబాయి వస్తే గాని విందూ అక్కడున్నాడన్న సంగతి ఎవరికి తెలియదు. ట్రాక్‌కు రెండడుగుల దూరంలో దొరికాడట విందూ.

ఆ రోజు వాడి ప్రాణాలు కాపాడిన పాప పేరే శివానీ.

విందూని ఆసుపత్రిలో ఒక్కరోజు అబ్జర్వేషన్‌లో ఉంచి ఇంటికి పంపించారు. అప్పటి నుండి తన ప్రాణాలు కాపాడిన ఆ పాపంటే విందూకి వల్లమాలిన అభిమానం.

శివానీని చూడకుండా ఒక్క రోజు కూడా ఉండలేకపోయేవాడు. ఏ రోజైనా తను కనబడకపోతే, సుబ్బయ్య చేత వాళ్ళ బాబాయికి కబురుపెట్టించి వీడియో కాల్ చెయ్యించే వాడు".

"బాబాయి దగ్గర ఎందుకు ఉండేది శివానీ?"

"శివానీ అమ్మా నాన్న తన మూడో ఏటే చనిపోయారు. అప్పటి నుండి బాబాయి పిన్నిలతో ఉండేది. రెండేళ్ళు బానే ఉంది, తర్వాత బాబాయికి కొడుకు పుట్టాడు. పిన్నికి కొడుకు ఎక్కువయ్యాడు. ఎంతైనా సొంత రక్తం కదా. శివానీకి పినతల్లి ప్రేమ బదులు సవితి తల్లి ప్రేమ పంచిపెట్టేది. అయిన దానికి కాని దానికి కొట్టడం. హింసించడం. పసిపిల్ల అని కూడా చూడకుండా వెట్టి చాకిరీ చెయ్యించడం.

ఈ నోటా ఆ నోటా ఈ విషయం విందూ చెవిన పడింది. ఎలా అయినా శివానీకి మంచి జీవితం ఇవ్వాలని అనుకున్నాడు. దత్తత తీసుకోడానికి తనకి అర్హత లేదు. ఎందుకంటే సింగిల్ ఫాదర్. తల్లి లేని కుటుంబానికి ఆడపిల్లని

దత్తత తీసుకొనే అర్హత లేదన్నది మన చట్టం. అది ఒకందుకు మంచిదేలే, మనమున్న ప్రపంచం దుర్మార్గమైనది. ఆడపిల్లని కాపాడాల్సినవాళ్ళే వాళ్ళ బతుకులు నాశనం చేస్తున్నారు. చైత్రాకి అప్పటికే పాప ఉంది. సొంత పిల్లలున్నప్పుడు ఎలా లేదన్నా కాస్త వివక్ష వస్తుంది. పైగా అల్లుడి గారి మెహెర్బానీ మీద నడవాలి. అది విందూకి ఇష్టం లేదు.

హేమంత్ ముంబైలో తనకు తెలిసిన కొలీగ్ ఒకరు దత్తత తీసుకోడానికి సిద్ధమని చెప్పాడు. విందూ కూడా ముంబై వెళ్ళిపోయి హేమంత్ ఉన్న అపార్ట్‌మెంట్‌లోనే ఒక ఫ్లాట్‌లో తీసుకుని, శివానీకి దగ్గరగా ఉండొచ్చని ప్లాన్ చేసుకున్నాడు.

అనుకున్నదే తడవుగా అడాప్షన్‌కి కావాల్సిన పేపర్ వర్క్ మొదలయ్యింది. హేమంత్, తన కొలీగ్స్‌తో ఒకసారి వచ్చి శివానీనీ తన పిన్నీ బాబాయిలని కలిసి వెళ్ళారు కూడా. ఆ జంటకు శివానీ చూడగానే చాలా నచ్చేసింది. పేపర్ వర్క్ అంతా సవ్యంగా అయిపోతే కొన్నివారాల్లో శివానీని ముంబై తీసుకెళ్ళడానికి అంతా సిద్ధమైంది. విందూ ముంబైలో ఫ్లాట్‌కి బుకింగ్ అడ్వాన్స్ కూడా ఇచ్చేశాడు. అందరికీ దగ్గరగా ఉండేలా ఒక మంచి స్కూల్ కూడా సెలెక్ట్ చేసుకున్నారు. సరే ఇక అంతా అనుకున్నట్టే జరుగుతుందనగా ఓ రోజు శివానీ, వాళ్ళ పిన్నీ, బాబాయి, వాళ్ళ కొడుకు, రాత్రికి రాత్రి ఎక్కడికో వెళ్ళిపోయారు."

"వాట్!" సాగర్ షాక్ అయ్యాడు.

ఖాళీ కాఫీ కప్పు టేబల్ మీద పెడుతూ, నిరాశతో నిండిన ఓ నవ్వు నవ్వి, "అసలు ఆ పాప ఎవరో తెలియని నీకే ఇంత షాకింగ్ గా ఉందంటే, విందూకి ఎలా ఉండి ఉంటుందో ఊహించుకో. మనిషి కాలేక పోయాడు వాడు చాన్నాళ్ళు."

"మరి శివానీ ఎక్కడుందో తెలిసే అవకాశమే లేదా?"అడిగాడు సాగర్.

"దగ్గర్లోని అనాథాశ్రమాలు, ఎన్జీవోలు, శిశు విహార్లు, అన్నీ వెతికాము. విందూ ప్రైవేట్ డిటెక్టివ్‌ని కూడా పెట్టాడు. కానీ వాడు ప్రతి వారం వచ్చి శివానీ అక్కడ ఉండి ఉండొచ్చు, ఇక్కడ ఉండి ఉండొచ్చని విందూని ఆశ పెట్టి డబ్బు

గుంజడం తప్ప ఒక్క క్లూ కూడా ఇవ్వలేకపోయాడు. మేమంతా గట్టిగా చెప్తేగాని ఆ డిటెక్టివ్‌ని వదిలించుకోలేదు. డబ్బు గురించి బాధలేదు వాడికి, కాని ఆశపడిన ప్రతిసారీ శివానీ దొరక్కపోయేసరికి, మరింత కృంగిపోయేవాడు. ఈ దశలోనే మళ్ళీ తాగుడు అలవాటైంది. ఈసారి మొదలుపెట్టడమే టాప్ గేర్‌లో మొదలుపెట్టాడు బండిని. అప్పటినుండి రోజు పెగ్‌తో మొదలై, పెగ్‌తోనే ముగుస్తోంది." అంటూ కుర్చీనుండి లేచి నిలబడి, "ఆపరేషన్ అయిపోయి ఉంటుంది, వెళ్ళి చూద్దమా?"అనడిగాడు మూర్తి.

"ష్యూర్!" అంటూ సాగర్ కూడా లేచి నిలబడ్డాడు. ఇద్దరూ ఆపరేషన్ థియేటర్ వైపు కదిలారు.

కాసేపు ఏం మాట్లాడలేదు ఇద్దరూ.

"శివానీ కోసం మరోసారి వెతికితే దొరికే అవకాశం ఉందేమో?" అంటూ ఆశ వ్యక్తం చేశాడు సాగర్.

ఎన్నో విఫల ప్రయత్నాలు చేసిన నిస్పృహతో మూర్తి, ఏమో అన్నట్టు భుజాలెగరేశాడు.

***

4

థియేటర్ బయట ఇంకా ఎరుపు లైట్ వెలుగుతుంది. కనకరాజుని పలకరించారిద్దరూ. రాహుల్‌ని చూసిన వెంటనే, "అయ్యో! మీకు కాఫీ తేవడం మర్చిపోయాను. ఇప్పుడే తెస్తా" అంటూ సాగర్ వెనుదిరిగేసరికి రాహుల్, "పర్వాలేదు. నేను కూడా వస్తాను" అన్నాడు. కనకరాజు, సుబ్బయ్యలతో, "మీకూ కాఫీ తెమ్మంటారా" అనడిగాడు. ఇద్దరూ వద్దన్నారు.

"లెట్స్ గో!" అంటూ సాగర్ పక్కన నడుస్తూ అన్నాడు రాహుల్. ఇద్దరూ ఎక్కడ చదువుకున్నారు. ఏం ఉద్యోగాలు చేస్తున్నారో మాట్లాడుకున్నారు. కెఫెటేరియాలో కూర్చొని, "మీరు ఇంత సేపు ఇక్కడే ఉన్నారు కదా. మళ్ళీ ఇక్కడే కూర్చుంటే మీకు బోరేమో" అని మొహమాట పడుతూ అన్నాడు రాహుల్. మళ్ళీ తనే "యూ ప్లీజ్ గో అహేడ్, నేను కాసేపు కూర్చొని వస్తాను" అన్నాడు. "పర్వాలేదు, కాసేపు మీకు కంపెనీ ఇస్తాను", అని సమాధానం ఇచ్చాడు సాగర్.

కాఫీ కప్పులు తెచ్చుకొని మళ్ళీ కుర్చీల్లో కూలబడ్డారు. మాట కలపాలని, "మీరు మామయ్యకి రాసిన నోట్ నేనే చూసి తనకి ఇచ్చాను. అందులోనే మీ నంబర్ దొరికింది. అప్పుడు చెప్పారు మీ గురించి. హీ ఈజ్ వెరీ ఫోండ్ ఆఫ్ యూ" అంటూ మెచ్చుకోలుగా నవ్వాడు. సాగర్ కూడా నవ్వి "అది ఆయన గొప్పదనం. అంత అభిమానం దక్కేలా నేనేం చెయ్యలేదు నిజానికి" అన్నాడు.

"లేదు సాగర్ గారు..."

"జస్ట్ సాగర్ ప్లీజ్!" అని ఏకవచనంతోనే సంబోధించమని అడిగాడు సాగర్.

"సరే సాగర్" అని నవ్వుతూ, "మామయ్యకి ఒకరు నచ్చారంటే దానికి చాలా గట్టి కారణాలుండాలి. అందరిని నమ్మరు. అందరిని ఇష్టపడరు కూడా. అంతెందుకు, మా అమ్మంటే కూడా అంత ఇష్టముండదు" అని నవ్వాడు.

"వెరీ ఆనెస్ట్ ఆఫ్ యూ" అంటూ అభినందించాడు రాహుల్‌ని.

ఇంతలో రాహుల్ ఫోన్ రింగ్ అయ్యింది. వీడియో కాల్.

రాహుల్ సాగర్‌కి ఎదురుగా కూర్చోవడం వలన వీడియో కాల్ చేసినవారి మాట మాత్రమే వినిపిస్తోంది.

"హాయ్ రాహుల్!" అంటూ ఒక అమ్మాయి గొంతు పలకరించింది.

"హలో. హేయ్ శ్రుతి! ఎక్కడున్నావ్?"

"నేను చెన్నైలో. నువ్వెక్కడున్నావ్రా" తన అనుకునే వారిపై హక్కు చూపించే అల్లరిపిల్ల గొంతులా ఉంది.

"నేను హాస్పిటల్‌లో. మామయ్యకి హార్ట్ సర్జరీ."

"వాట్? ఏమైందసలు? ఇప్పుడెలా ఉన్నారు?" ఈ సారి గొంతులో భయం, బాధ.

"కాసేపట్లో కాల్ చేసి అన్నీ వివరంగా చెప్తాను", అని కాల్ ముగించాడు.

"సరే, త్వరగా కాల్ చేయ్, బై"

మనిషిని చూడకుండా ప్రేమ పుట్టడం సినిమాల్లోనే జరుగుతుందనుకుంటాం. కానీ గొంతు విని మనిషి ఎలా ఉంటుందో తెలుసుకోవాలనే కుతూహలం అంతటా సహజమే. సాగర్‌లోనూ అదే మొదలయ్యింది.

తన ఎదురుగానే మాట్లాడాడు కాబట్టి అంత పర్సనల్ కాల్ కాదేమో అనే అనుమానం ఉంది సాగర్‌కు కానీ "ఎవరు?" అని అడిగేంత చనువు లేదు.

తన మనసులో మాట అర్థమైనట్టు, "నాట్ గర్ల్ ఫ్రెండ్" అని నవ్వాడు రాహుల్.

సాగర్ మొదట షాకయ్యి, తర్వాత నవ్వేసి, "మీ నిజాయితీ కాస్త అలవాటయ్యేవరకు కొంచెం జాగ్రత్తగా ఉండాలి" అన్నాడు. ఈ సారి రాహుల్ గట్టిగా నవ్వేశాడు.

"మామయ్య వాళ్ళ కజిన్ వాళ్ళ అమ్మాయి. నాకు సెకెండ్ కజిన్. బేసిగ్గా మరదలు వరస కాదు" అని కన్ను కొట్టాడు సాగర్‌ని చూస్తూ. సాగర్ మళ్ళీ నవ్వేసి "మీరు నేను మంచి ఫ్రెండ్స్ అవుతామేమో" అన్నాడు.

"ఏమో ఏంటి సాగర్. ఆల్రెడీ అయిపోయాం" అంటూ ఫిస్ట్ బంప్ ఇచ్చాడు.

ఒక నిమిషం మౌనంగా ఉన్నారిద్దరూ. "నిజానికి నాకో గర్ల్ ఫ్రెండుంది. పేరు నిఖిలా. నా కొలీగ్. తన గురించి మామయ్యకు మాత్రమే చెప్పాను. మామయ్య మనుషుల్ని చాలా త్వరగా, చాలా యాక్యురేట్‌గా అర్థం చేసుకుంటారు. ఎవరు ఎలాంటివారో, ఎవరిది కపట ప్రేమో, ఎవరిది నిజమైన అభిమానమో, మామయ్యకు తెలిసినంత నిశితంగా బహుశా మా కుటుంబంలో ఎవరికీ తెలియదేమో. అందుకే మామయ్య అభిప్రాయానికి నేను చాలా విలువిస్తాను. నిఖిలాని ఇష్టపడుతున్నానని, కానీ తనకి చెప్పాలంటే భయంగా ఉందని మామయ్యకి ఓసారి ఫోన్ చేసి చెప్పాను. 'ఒకరు మనకు ఎందుకు ఇష్టమో మనకు తెలియకపోయినా పర్వాలేదు. ఎవరంటే ఇష్టమో వాళ్ళకు మాత్రం తెలియాలి. తన సమాధానం ఏదైనా గ్రేస్ఫుల్‌గా అంగీకరిస్తాను అని మనసులో గట్టిగా అనుకొని, తనకి చెప్పేయి' అని సలహా ఇచ్చారు. నా జీవితంలో అతి ముఖ్యమైన నిర్ణయం ఆ సలహా వలన తీసుకున్నాను. నిఖిలా 'యెస్' చెప్పింది."

"ఓహ్! కంగ్రాట్స్ రాహుల్!" సాగర్ అభినందించాడు. రాహుల్ థాంక్స్ చెప్పి "అందుకే మామయ్య మీ గురించి చెప్పినప్పుడు నాకు అర్థమైపోయింది మీరంటే తనకి అభిమానమని. మామయ్యకి ఎవరైనా నచ్చితే వాళ్ళని ఎప్పటికీ వదులుకోరు. ఒకవేళ వాళ్ళు దూరమైతే తట్టుకోలేరు. శివానీ గురించి చెప్పే ఉంటారు. తను కనబడటం లేదని తెలిసిన దగ్గరనుండి ఒకలాంటి ట్రాన్స్‌లోకి వెళ్ళిపోయారు. సైకియాట్రిస్ట్‌కి చూపించాము, రీహేబిలిటేషన్ కోసం ప్రయత్నించాం. దేనికి సహకరించలేదు. తాగుడు బాగా పెరిగిపోయింది."

"ఇప్పుడేమో ఇలా...." అని ఆపరేషన్ థియేటర్ ఉన్న వైపు చూసి, "ఆపరేషన్ అయిపోయి ఉంటుందేమో, షల్ వీ గో?" అని అడిగాడు. సరే అని థియేటర్ వైపుకి కదిలారు.

ఆపరేషన్ పూర్తయ్యిందని, అరవింద్ దానికి ఎలా స్పందిస్తాడో ఒకటి రెండు రోజుల్లో తెలుస్తుందని, అందాకా వేచి చూడటం తప్పా ఎవ్వరూ ఏం చెయ్యలేరని తెలిసింది. అందుకే మరుసటి రోజు సాయంత్రం వస్తానని అక్కడున్న వారికి చెప్పి సాగర్ ఇంటికి బయలుదేరాడు.

ఇంటికి చేరేసరికి ఉదయం మూడయ్యింది. ఇంక ఆ రోజుకి జిమ్ మానేసి కాసేపు నిద్రపోయి ఆఫీసుకి వెళ్దామని నిర్ణయించుకున్నాడు.

ఆఫీసులో ఉన్నాడే గాని మనసంతా అరవింద్ చుట్టూనే తిరుగుతుంది. మధ్యలో ఒకసారి మూర్తికి ఫోన్ చేసి ఏమైనా అప్డేట్స్ ఉన్నాయేమో అని కనుక్కున్నాడు. ఏమీ లేవని చెప్పాడు మూర్తి. రాహుల్ నంబర్ అడిగి తీసుకున్నాడు.

అమ్మా నాన్నల్తో మాట్లాడాడు. అరవింద్ గురించి అప్పుడప్పుడు వాళ్ళకు చెప్తూ ఉండేవాడు. తమ బిడ్డని అభిమానించే మనిషిగా వారికి అరవింద్ అంటే గౌరవం. అరవింద్‌కి ఇలా అయిందని తెలిసి బాధ పడ్డారు. త్వరగా కోలుకుంటారని ధైర్యం చెప్పారు. ఎవరెన్ని చెప్పినా మనసు కుదుటపడటం లేదు సాగర్‌కి.

ఎప్పుడెప్పుడు ఆసుపత్రికి వెళ్దామన్న ఆతృతతో ఉన్నాడు సాగర్. రాహుల్‌కి ఫోన్ చేసి, అక్కడున్నవారికి ఏమైనా కావాలేమో కనుక్కున్నాడు.

"ఫోన్ చార్జర్, వీలుంటే చదవడానికి ఏదైనా పుస్తకం" తెమ్మన్నాడు రాహుల్.

ఆసుపత్రికి వెళ్ళి రాహుల్‌ని పలకరించి తనడిగిన చార్జర్, ఓ థ్రిల్లర్ పుస్తకం, బబుల్ గమ్ ప్యాకెట్ ఇచ్చాడు.

ఐసియూలో అరవింద్‌ని అలా చూసి ఉద్వేగానికి లోనయ్యాడు. చేతికి, నోటికి, ఛాతీకి ఏవేవో తీగలు తగిలించి ఉన్నాయి, మనిషి స్పృహలో లేడు.

చుట్టూ ఉన్న మిషన్ల చప్పుడే అరవింద్ ఇంకా ప్రాణాల్తో ఉన్నాదనేందుకు ఋజువులు. ఆపరేషన్ చేశాక అలానే ఉంటారని తెలుసు. అలా కనిపిస్తారని ఊహించే వచ్చాడు. కానీ ఎప్పుడూ నవ్వుతూ హుషారుగా ఉండే ఓల్డ్ మ్యాన్‌ని ఇలా చూసే సరికి సాగర్‌కి దుఃఖం ఆగలేదు. కళ్ళల్లో నీళ్ళు తిరిగాయి కాని తనని తాను సంబాళించుకున్నాడు. రాహుల్ అది గమనించి సాగర్ భుజం మీద చేయి వేసి అక్కడ బెంచ్ మీద కూర్చోబెట్టాడు.

మధ్యాహ్నం చైత్ర కుటుంబం చేరుకుందని, కాసేపట్లో హేమంత్ చేరుకోబోతున్నాడని, శిశిర్ కాల్ చేస్తూనే ఉన్నాడని, వీలు చూసుకొని ఎల్లుండికి రావచ్చని చెప్పాడు. అరవింద్ ఆరోగ్యం ఇంకా అలానే ఉందని, రేపటికి గాని డాక్టర్లు ఏం చెప్పలేమన్నారట.

"మరి చైత్రా గారూ, హేమంత్ గారు ఎక్కడ?" అడిగాడు సాగర్.

"వాళ్ళు ఇంటికెళ్ళి ఫ్రెషప్ అయి రాత్రికి వస్తామని వెళ్ళారు. అంతలోనే మీరొచ్చారు" అని చెప్పాడు రాహుల్ .

రాహుల్ "సాగర్, కాఫీ?" అనడిగితే, వెళ్దాం పదండి అన్నట్టు తలూపాడు.

కెఫెటీరియా వైపు నడుస్తూ, "మరి మీ టిఫిన్లూ భోజనాలు?" అని అడిగాడు సాగర్.

"సుబ్బయ్య పొద్దున్నే వెళ్ళి మా అందరి కోసం టిఫిన్ చేసి తెచ్చాడు. లంచ్ బయట నుండి ఆర్డర్ చేశాం. రాత్రికి వంతులువారిగా మామయ్య ఫ్లాట్‌కి వెళ్తాం." అన్నాడు రాహుల్.

కాఫీ కప్పులు తెచ్చుకొని కుర్చీల్లో ఎదురెదురుగా కూర్చున్నారిద్దరూ. "పాపం నిన్నటి నుండి ఇక్కడే ఉన్నారు మీరు" అన్నాడు సాగర్. "లేదు. దగ్గర్లో ఒక ఫ్రెండ్ ఇల్లుంటే పోయి కాసేపు నిద్రపోయొచ్చాను సాగర్. నేను రేపటికల్లా మైసూరులో ఉండాలి. కానీ మామయ్య పరిస్థితిని బట్టి డిసైడ్ చేద్దామని ఆగాను" అన్నాడు రాహుల్.

సాగర్ అర్థమైందన్నట్టు తలూపాడు. "ఎంత ఆలోచించినా, శివానీ కోసం మరోసారి గట్టిగా ప్రయత్నిస్తే బాగుంటుందని అనిపిస్తుంది రాహుల్" అని తన

మనసులో మాట బయట పెట్టాడు.

ఆశ్చర్యంతో సాగర్‌ని చూసి "యూ నో వాట్! నేనూ శ్రుతి కూడా ఇదే అనుకున్నాం. ఇంట్లో మిగిలిన వాళ్ళకు అది ఒక వైల్డ్ గూస్ చేజ్. వృధా ప్రయాస. కాని మా ఇద్దరికీ నమ్మకముంది. ఇప్పుడు మీరంటుంటే ఇంకొంచెం కాన్ఫిడెన్స్ వస్తుంది. రేపు చెన్నై నుండి శ్రుతి వస్తుంది. మనం ఒకసారి డిస్కస్ చేద్దాం" అన్నాడు రాహుల్.

"తప్పకుండా" అన్నాడు సాగర్. ఇంతలో ఆత్రంతో "శ్రుతి ఏం చేస్తుంటారు" అని అడిగాడు.

చేప పిల్ల వలలో పడింది అన్నట్టు ఓ నవ్వు నవ్వి, "మన కులవృత్తే - సాఫ్ట్‌వేర్ ఉద్యోగం."అన్నాడు. "ఓహ్!" అని అక్కడితో సరిపెట్టాడు. ఇంకేమైనా అడిగితే రాహుల్ తనని ర్యాగింగ్ చేసినా చేస్తాడని భయమేసింది.

"ఇందాక శిశిర్ కాల్ చేశాడు. ఇక్కడ కార్డియోలజిస్ట్ తనకు ఫ్రెండట. మనకు వీళ్ళు ఏం చెప్పడం లేదు కానీ శిశిర్‌కు తెలిసిన ఇన్ఫర్మేషన్ బట్టి మామయ్య కోలుకుంటున్నారు. కాస్త సమయం పట్టొచ్చు కానీ కచ్చితంగా కోలుకుంటారు అని చెప్పాడు" అని రాహుల్ అనగానే టెన్షన్ అంతా పోయినట్టు కాస్త రిలాక్స్ అయ్యి, థ్యాంక్ గాడ్ అన్నాడు సాగర్.

"కానీ ఈ మాట ఎవ్వరికీ చెప్పొద్దు. ప్రస్తుతానికి ఏం చెప్పలేమన్నట్టే ఉండటం మంచిది. వీళ్ళు ఆశలు పెట్టుకొని. తీరా ఏదైనా జరగరానిది జరిగితే తట్టుకోలేరు. అందుకే ఇందాక అడిగినప్పుడు అందరి ముందు అలా చెప్పాను" అన్నాడు రాహుల్.

వయసులో తనకంటే చిన్నవాడైన రాహుల్‌లో ఉండే మెచ్యూరిటి చూసి తన పట్ల గౌరవాభిమానాలు ఏర్పడ్డాయి. రాహుల్‌కీ సాగర్ అంటే సదాభిప్రాయమే. వాళ్ళిద్దరి స్నేహం రెండు రోజులే అయినా, పాత స్నేహితులంత దగ్గరయ్యారు. కొన్ని విషాదాలు మనుషుల్ని దగ్గర చేస్తాయనడానికి ఇదొక ఉదాహరణ. కాఫీ తాగేసి అరవింద్ రూం వైపుకి వెళ్ళారు.

అప్పటికే కనకరాజు, సుబ్బయ్య, మరో అబ్బాయి అక్కడ ఉన్నారు. రాహుల్

ఆ కొత్తగా వచ్చినతని దగ్గర నిలబడి, సాగర్‌ని ఉద్దేశించి, "సాగర్ దిస్ ఈజ్ హేమంత్, హేమంత్ సాగర్" అని పరిచయం చేశాడు. "హలో సాగర్, నాన్నగారు మీ గురించి చెప్పారు" అంటూ చేయి చాచాడు. సాగర్ "హలో హేమంత్, నైస్ టు మీట్ యూ", అని చేయి కలిపాడు.

రాహుల్ "చైత్ర, పాప, బావగారు ఫ్లాట్‌లోనే ఉన్నారా?" అనడిగాడు సుబ్బయ్యను.

"అవును బాబు, వాళ్ళు భోంచేసారు. చైత్రమ్మ వాళ్ళాయన, మూర్తి గారు కాసేపట్లో ఇక్కడికి వస్తానన్నారు. మీరు తినేసి అక్కడే ఉండిపోండి బాబు".

"నేను అక్కడికే వెళ్తున్నాను, మిమ్మల్ని డ్రాప్ చేస్తాను" అన్నాడు సాగర్.

"థాంక్స్ సాగర్" అన్నాడు రాహుల్. అక్కడున్నవారికి గుడ్ నైట్లు, టాటాలు చెప్పేసి ఇద్దరూ సాగర్ కార్ దగ్గరకు చేరుకున్నారు. సాగర్ కార్ డోర్ తీసి, డ్రైవర్ సీట్లో కూర్చున్నాడు. "నైస్ కార్!" అంటూ సాగర్ పక్కన సీట్లో కూర్చున్నాడు రాహుల్. థాంక్స్ అని నవ్వుతూ సాగర్ బండిని లేక్ రిజ్ వైపుకి నడిపించాడు.

"రేపు శ్రుతిని ఎయిర్పోర్ట్ నుండి పికప్ చేసుకోడానికి వెళ్తున్నాను. అంటే దాదాపు 3 గంటలు ఒక్కడినే. బోర్! నా ఎయిర్ పాడ్స్ మైసూరులో మర్చిపోయాను. ఇక్కడ ఏదైనా మొబైల్ యాక్సెసరీస్ షాపుంటే ఒకసారి ఆపుతారా ప్లీజ్!" అన్నాడు రాహుల్.

సాగర్ ఒక్క క్షణం ఆలోచించి, "నా దగ్గర స్పేర్ ఎయిర్ డోప్స్ ఉన్నాయి బోట్‌వి. మీకు అభ్యంతరం లేకపోతే మీరవి వాడుకోవచ్చు" అన్నాడు. "ఓహ్! సూపర్!" అంటూ సంబరపడ్డాడు రాహుల్.

కాసేపు నిశ్శబ్దం తర్వాత సాగర్ కాస్త మొహమాటంగా, "ఎయిర్పోర్ట్‌కి క్యాబ్ తీసుకుంటున్నారా" అనడిగాడు. "మీ బెంగుళూరు ఎయిర్పోర్ట్‌కి వెళ్ళడానికి చార్టర్ ప్లేన్లు దొరుకుతాయా" అన్నాడు వెక్కిరిస్తూ, సాగర్ తర్వాత ఏం అడగబోతున్నాడో అర్థమైపోయింది రాహుల్‌కి. బలవంతపు నవ్వు ఒకటి నవ్వి, "అంటే నన్ను డ్రాప్ చెయ్యమంటే నేను తీసుకెళ్ళగలను ఎయిర్పోర్ట్‌కి ... అంటే ఒక్కరే బోర్ అంటున్నారు కదా అని..." అంటూ నసిగాడు. "8.30కి ఫ్లైట్,

కనీసం అరగంట ముందుండాలి. అసలే శ్రుతికి పంక్చువాలిటీ ఎక్కువ" అన్నాడు రాహుల్.

"అయితే, మనం 6:45కి బయలుదేరితే సరిపోతుంది. దార్లోనే బ్రేక్‌ఫాస్ట్ చేద్దాం" అని కొత్త ఉత్సాహంతో సాగర్ ప్లాన్ చెప్పాడు.

"సౌండ్స్ గుడ్!" అన్నాడు రాహుల్.

అపార్ట్‌మెంట్ పార్కింగ్ లాట్‌లో కార్ పార్క్ చేసి, ఇద్దరూ లిఫ్ట్ వైపుకి నడిచారు.

"మీ ఫ్యామిలీలో ఎవరెవరుంటారు" అని రాహుల్‌ని అడిగాడు సాగర్. "రేపు మూడు గంటలు మీ బుర్ర తొలిచెయ్యబోతున్నాను. ఇవ్వాల్టికి రెస్టివ్వండి దానికి పాపం" అని కన్నుకొట్టాడు రాహుల్. నవ్వేసి, "బీ మై గెస్ట్!" అన్నాడు సాగర్.

పదో అంతస్తు చేరుకున్నాక, సరిగ్గా 6:45కి లిఫ్ట్ దగ్గర కలుద్దామని నిర్ణయించుకుని ఎవరిళ్ళకి వాళ్ళు వెళ్ళిపోయారు.

స్నానం చేసి వచ్చి, బెడ్ మీదకు చేరి మొబైల్ లో వాట్సాప్ చూస్తున్నాడే గానీ ధ్యాస మాత్రం ఫోన్ మీద లేదు. మ్యూజిక్ సిస్టంలో బాలీవుడ్ 90స్ రొమాంటిక్ హిట్స్ వింటుంటే ప్రతి పాట కొత్తగా వినబడుతుంది సాగర్‌కి. కనీసం చూడను కూడా చూడలేదు, ఎందుకు శ్రుతి అంటే అంత ఇంటెరెస్ట్ పుట్టిందో తనకే అంతుబట్టడంలేదు. సరే ఓసారి చూస్తే బహుశా ఈ ఫీలింగ్ పోతుందేమో అని మనసుకు సర్దిచెబుదామన్న విఫల ప్రయత్నాలు చేసీ చేసీ, ఎంతకూ నిద్రపట్టక తెల్లార్లూ జాగారం చేసి, ఇంక లాభం లేదని 5:30కి మంచం దిగి లేచి వెళ్ళి బ్రష్ చేసుకొని కాఫీ పెట్టుకున్నాడు సాగర్.

***

5

సాగర్ కాఫీ తాగుతూ, రాహుల్ లేచాడో లేదో అని వాట్సాప్‌లో పింగ్ చేశాడు. స్నానం చేసి వచ్చాక సాగర్‌కి ఇన్నాళ్ళూ లేని కొత్త ప్రశ్న తొలిస్తోంది. ఏం బట్టలు వేసుకోవాలి? ఫార్మల్ వేసుకుంటే మరీ సీరియస్‌గా కనబడతానేమో? టీ-షర్ట్ అయితే తనకు నచ్చుతుందో లేదో. ఏ రంగు వేసుకోవాలి? కాలర్ టీ-షర్ట్ అయితే బెటరేమో? నువ్వు మరీ ఎక్కువ ఆలోచిస్తున్నావ్ రా చింతామణి! అని తనని తానే తిట్టుకొని, ఆఖరికి ఫేడెడ్ జీన్స్, తెలుపు రంగు లినెన్ షర్ట్ వేసుకొని స్లీవ్స్ పైకి మడిచాడు. ఆఫీసులో లేనప్పుడు స్లీవ్స్ మోచేతివరకు మడతపెట్టుకోవడం ఇష్టం సాగర్‌కి.

ఇష్టమైన పర్‌ఫ్యూమ్ స్ప్రే చేసుకున్నాడు. చేతికి వాచ్ పెట్టుకొని ఓసారి అద్దంలో చూసుకుంటో, శ్రుతి ఎన్ని మార్కులువేస్తుందో చూద్దాం అనుకున్నాడు. రాహుల్‌కి ఇస్తానన్న ఎయిర్ డోప్స్ ప్యాంట్ పాకెట్లో వేసుకొని బయటపడేసరికి టైం 6:35.

కేమెల్ సాండల్స్ వేసుకొని 1021 వైపు చూస్తున్నాడు సాగర్. ఇంతలో అమ్మ కాల్ చేసింది. రాత్రి మాట్లాడటం కుదరలేదు. నిద్ర పట్టి ఉండదు అనుకున్నాడు. రెండు నిమిషాలు అమ్మతో మాట్లాడి, మళ్ళీ చేస్తానని కాల్ కట్ చేస్తుండగా రాహుల్ బయటకొచ్చాడు. తను జీన్స్, టీ షర్ట్ వేసుకున్నాడు. సాగర్‌ని చూడగానే, “వావ్! వైట్! శ్రుతి ఫేవరెట్ కలర్” అన్నాడు నవ్వుతూ షూస్ వేసుకుంటూ. ఇది విన్న సాగర్ సంబరపడాలో, సిగ్గు పడాలో తెలియక తికమక పడుతూ, “గుడ్ మార్నింగ్ రాహుల్!” అని పలకరించాడు.

లిఫ్ట్‌లోకి వెళ్ళగానే పవర్ కట్. జెనరేటర్ వేసే సరికి 10 నిమిషాలు పట్టింది. బయలుదేరగానే ఏంటీ అపశకునం దేవుడా అనుకున్నాడు. పార్కింగ్ లాట్‌లో ఉండగా రాహుల్‌కి ఫోన్ వచ్చింది. చేసింది చైత్ర, శ్రుతి లంచ్లో ఏం తింటుందో కనుక్కొని చెప్పమని ఆర్డర్ అని చెప్పాడు రాహుల్. “స్పెషల్ గెస్టన్నమాట” అంటూ కార్ స్టార్ట్ చేశాడు సాగర్. “అబ్బో! ఆవిడ గారు పేద్ద వీవీఐపీ మా ఇంట్లో” రాహుల్ కనుబొమ్మలూ, చేతులూ పైకి ఎత్తి, అన్నాడు. “ఎందుకలా?” అని అడిగాడు సాగర్ కుతూహలంగా.

“ఎందుకూ అంటే ఒక్క కారణం చెప్పలేం. శ్రుతి చిన్నప్పటి నుండీ లెజెండే. టాపర్ కాదు కానీ తెలివైంది, క్లాసికల్ డాన్సర్, కాలేజ్‌లో జెనరల్ సెక్రెటరీ, యూనివర్సిటీ బ్యాడ్మింటన్ ప్లేయర్, నాకు తెలియనివి ఇంకా ఉండే ఉంటాయి. తనతో వాదించలేం, వాదించినా గెలవలేం. మహా మొండిఘటం, మంచి మనసు. చాలా వెరైటీ కాంబినేషన్. తప్పుని సహించదు. తప్పు చేసినోళ్ళని వదలదు. ఓ రోజు తన స్కూల్లో ఎవరో సీనియర్ ఆడుతుండగా తన తమ్ముడికి పొరబాటున దెబ్బ తగిలిందని వెళ్ళి వాడితో గొడవ పెట్టుకుంది. పాపం ఆ అబ్బాయి శ్రుతి కంటే మూడేళ్ళు సీనియర్, మా తమ్ముడినే కొడతావా అని చెడామడా తిట్టేసి, పొరబాటున తగిలిందని ఆ అబ్బాయి ఎంత చెప్పినా వినకుండా తమ్ముడికి సారీ చెప్పేవరకూ ఊరుకోలేదు. కట్ చేస్తే ఆ తర్వాత వచ్చిన ఆదివారం సీనియర్తో క్రికెట్ ఆడుకోడానికి వెళ్ళిపోయాడు తమ్ముడు” అని చెప్పాడు రాహుల్.

“వాట్!” అవాక్కయ్యాడు సాగర్.

“శ్రుతి కూడా ఇలాగే షాకైయ్యింది. క్రికెట్ నుండి వచ్చాక తమ్ముడిని రేవెట్టేసింది” అని చెప్పగానే సాగర్ నవ్వాడు.

“అంతెందుకు, శ్రుతికి ఇంట్లో ఏదో ఫంక్షన్‌కి అరవింద్ మామయ్య వాళ్ళ బాస్ సెలవు ఇవ్వలేదని తెలుసుకొని, ఎంప్లాయీస్ సంతోషంగా ఉంటేనే ఎంప్లాయర్ సంతోషంగా ఉంటారని ఓ పెద్ద లెటర్ రాసి పంపింది. దెబ్బకి లీవ్ సాంక్షన్ అయ్యిందంట. మామయ్యకి చాన్నాళ్ళు తెలియలేదు ఎందుకు సెలవు ఇచ్చారన్నది. ఆ బాస్ రిటైర్మెంట్ ఫంక్షన్లో చెప్పారంట నీ మేనకోడలిని బాగా

చదివించండి. చాలా తెలివైన పిల్లా అని. నా మేనకోడలి గురించి మీకెలా తెలుసని ఆశ్చర్యపోయి అడిగిన మామయ్యకి ఆ లెటర్ గురించి చెప్పారట" అంటూ శ్రుతి గురించి ఇంకొన్ని చెప్పుకొచ్చాడు. "వెరీ స్మార్ట్!" అని మెచ్చుకోలుగా అన్నాడు సాగర్.

"స్మార్టే కాదు స్వీట్ కూడా. చిన్నా పెద్దా అన్న తేడాలేకుండా అందరితో కలివిడిగా ఉంటుంది. ఎప్పుడో మా చిన్నప్పుడు తనని చూసిన మా స్నేహితులు, బంధువులు, ఇప్పటికీ శ్రుతి గురించి అడుగుతుంటారు. అంతెందుకు, కనకరాజు అంకల్ తెలుసు కదా? వాళ్ళబ్బాయి అవినాష్ సింగపూర్‌లో ఇన్వెస్ట్మెంట్ బ్యాంకర్. బాగా సంపాదించాడు. మంచివాడు, మంచి కుటుంబం. ఈడూ జోడూ బాగుంటుందని కనకరాజు అంకల్ శ్రుతిని కోడల్ని చేసుకోవాలని ఆశపడ్డారు. అవినాష్ కూడా రెండు మూడు ట్రిప్పులేశాడు ఇండియాకి, శ్రుతి కోసం. నాకు తెలిసి వచ్చే నెలలో మళ్ళీ వస్తున్నాడు" అని రాహుల్ చెప్పేసరికి సాగర్ గతుక్కుమన్నాడు.

"నా కథ మొదలవ్వకముందే ఈ విలన్ ఎంట్రీ ఏంటి స్వామీ" అనుకున్నాడు.

కథ సాగిస్తూ, "ఎందుకు నచ్చలేదో కానీ శ్రుతి నో చెప్పేసింది" అని రాహుల్ అనగానే, హమ్మయ్యా అని ఊపిరి పీల్చుకున్నాడు. "కానీ అవినాష్ అంత వీజీగా వదలడు, నా సిక్స్త్ సెన్స్ చెప్తుంది" అన్నాడు రాహుల్ సాగర్‌ని ఓర కంట చూస్తూ. "నన్ను ఆటపట్టిస్తున్నాడు రాహుల్. అయినా అమ్మాయిని చూడకుండానే ఇంతలా ఫీలైపోమాకు సాగర్." అని సర్దిచెప్పుకున్నాడు.

ఇంతలో "కాఫీ తాగుదామా?" అడిగాడు రాహుల్.

"ష్యూర్!" అని ఎక్కడైనా కాఫీ దొరుకుతుందేమో అని చూస్తూ నడిపాడు కార్‌ని. కాసేపటికి ఒక చిన్న టీ స్టాల్ కనబడింది. దాన్ని చూపించి, "అది ఓకే నా?" అనడిగాడు.

"ఓ యెస్!" అని రాహుల్ చెప్పగానే కార్ ఆపి, స్టాల్ దగ్గరకు వెళ్ళారిద్దరు.

కాఫీ తాగేసి మళ్ళీ కబుర్లలో పడ్డారు. రాహుల్‌కి ఒక తమ్ముడున్నాడని,

హైదరాబాద్‌లో ట్రిపుల్ ఈ చదువుతున్నాడని, నాన్న ఫైనాన్స్ కంపనీలో మేనేజర్ అనీ అమ్మ స్కూల్ టీచర్ అనీ చెప్పుకొచ్చాడు.

సాగర్ ఒక్కడే సంతానమని, నాన్న షిప్‌యార్డ్‌లో ఉద్యోగం చేస్తున్నారని, అమ్మ హోం మేకర్ అని తన వివరాలు పంచుకున్నాడు. మాటల్లో ఎయిర్పోర్ట్ చేరిపోయారు. అప్పుడు టైం 8:20 అయ్యింది .

"అరే, మనమింకా బ్రేక్ఫాస్ట్ చెయ్యలేదు. ఇక్కడ చేద్దామా?" అనడిగాడు సాగర్. "లేదు సాగర్. కాసేపట్లో శ్రుతి ఎలాగూ వచ్చేస్తుంది. తిరిగి వెళ్ళేటప్పుడు ఎక్కడైనా ఆగుదాం" అన్నాడు రాహుల్. ఒకసారి హాస్పిటల్‌కి ఫోన్ చేస్తానని, హేమంత్‌కి కాల్ చేసి అరవింద్ ఆరోగ్యం కోసం కనుక్కున్నాడు రాహుల్. "పెద్దగా మార్పేమీ లేదు కానీ రికవరీ చాన్సెస్ పెరిగాయని డాక్టర్ చెప్పారంట" అని సాగర్‌కు అప్డేట్ ఇచ్చాడు.

ఇద్దరూ శ్రుతి కోసం వేచి చూస్తూ, ఎయిర్పోర్ట్ నుండి బయటకు వస్తున్న వారి మొహాలు వెతుకుతూ మళ్ళీ మాటల్లో పడ్డారు. దాదాపు ఇరవై నిమిషాల తర్వాత రాహుల్ "హే శ్రుతి!" అంటూ కుడి చేయి పైకెత్తి ఊపుతూ పిలిచాడు.

సాగర్ గుండె వేగం పెరిగింది. రాహుల్ చూస్తున్న దిశగా చూశాడు. సినిమాల్లో చూస్తున్నప్పుడు పట్టించుకోలేదు కాని, ప్యానింగ్, జూమింగ్, స్లో మో లాంటివన్నీ తన కళ్ళకే జరుగుతున్న ఫీలింగ్ సాగర్‌కి.

"హే రాహుల్!" అంటూ, వడివడిగా అడుగులు వేస్తూ తమ వైపు వస్తున్న ఆ ఐదున్నర అడుగుల అద్భుతాన్ని చూసి రాత్రి అనుకున్నట్టు "చూడగానే ఫీలింగ్ పోతుంది" అన్నది ఇక జరగదని అర్థమైపోయింది సాగర్‌కి. మనసులో "ఇంక నువ్వు సర్వనాశనం రా చారీ!" అనుకున్నాడు. లవ్ ఎట్ ఫస్ట్ సైట్!

దగ్గరికి చేరాకా రాహుల్ సాగర్‌ని పరిచయం చేశాడు. "దిస్ ఈజ్ సాగర్, సాగర్ దిస్ ఈజ్ ద లెజెండరీ శ్రుతి" అని.

రాహుల్ పై కోపాన్ని నటిస్తూ, "ఏం చెప్పావ్ రా నా గురించి?" అని, సాగర్ వైపు తిరిగి, "హాయ్ సాగర్!" అని చేయి చాపి నవ్వింది.

తన సొట్ట బుగ్గలు చూసి "నువ్వు సుఖంగా ఉండే రోజులు

అయిపోయాయిరా సాగర్" అనుకున్నాడు మనసులో.

"హాయ్ శ్రుతి" అని చేయి కలిపాడు. సాగర్ గుండెలో గిటార్లు, స్యాక్సోఫోన్లు, పియానోలు కలిసి కచ్చేరి పెట్టినట్టుంది.

ఎయిర్పోర్ట్ నుండి లేక్ రిజ్‌కు తిరిగి వెళ్ళే దారంతా దాదాపు రాహుల్ శ్రుతి మాట్లాడుకుంటునే ఉన్నారు. సాగర్‌ని మధ్యమధ్యలో మాటల్లో కలుపుతున్నారు. బ్రేక్ఫాస్ట్ కోసం ఒక రెస్టారెంట్ దగ్గర ఆగారు. అరవింద్ గురించి మాట్లడుతూ, శివానీ గురించి ప్రస్తావించాడు రాహుల్. సాగర్ వాళ్ళతో కలిసి శివానీని వెతకడానికి ప్రయత్నిస్తాడని రాహుల్ చెప్పగానే శ్రుతి కళ్ళల్లో మెరుపు. "అమేజింగ్!!" సాగర్ వైపు ఉత్సాహంగా చూస్తూ అన్నది. మనం ఇవ్వాళే ప్లాన్ చేద్దామని రాహుల్ అన్నాడు. డిన్నర్ తర్వాత అని సమయం నిర్ణయించింది శ్రుతి.

టైం ఉదయం 11:30.

అపార్ట్‌మెంట్ చేరుకొని ఫ్లాట్ నంబర్ 1021కు రాహుల్ శ్రుతి వెళ్ళిపోయారు, 1022కు సాగర్ వెళ్ళిపోయాడు.

డిన్నర్ అయ్యాక సాగర్ ఫ్లాట్‌లోనే మీటింగ్. సాగర్ ఇంటిని చక్కగా సర్ది ఉంచినా ఏదో తెలియని హడావుడి. అవసరం ఉన్నా లేకున్నా సర్దినవే సర్దేసి, తుడిచినవే తుడిచేసి, తెగ హైరానా పడిపోతున్నాడు.

ఆ రోజు ఆఫీసుకి సెలవు పెట్టాడు కాబట్టి తన ధ్యాస మరల్చడానికీ లేదు. కానీ రాత్రి వరకు ఆగాలంటే మతి పోయేలా ఉంది. ఇక లాభం లేదని, ల్యాప్టాప్ పట్టుకొని ఆఫీసుకు బయలుదేరాడు. ఆఫీసులో అందరూ వింతగా చూశారు. కానీ సాగర్ అవేవీ పట్టించుకోలేదు.

ఎవ్వరితోనూ పెద్దగా మాట్లాడలేదు. తన పని చేసుకుంటూ పోయాడు. ఎప్పుడు సాయంత్రం ఆరైందో తెలియలేదు. ఇంటికొచ్చి స్నానం చేసి, జూస్ తాగి, అమ్మకు ఫోన్ చేశాడు. కాసేపు మాట్లాడి, పొద్దున్న లాండ్రీ వాషింగ్ మిషన్‌లో వెయ్యాలని గుర్తు చేసుకొని, డిన్నర్ ఏం చేద్దామా అనుకొని నడుచుకుంటూ దగ్గర్లోని ఏ2బీ కి వెళ్ళి ఓ మసాల దోశ, కేసరి, ఫిల్టర్ కాఫీ

లాగించి, దగ్గర్లోని సూపర్ మార్కెట్లో ఫ్రూట్ జూస్ మూడు రకాలు తీసుకొని, మళ్ళీ నడుచుకుంటూ తన ఇంటికి చేరాడు. వాచీ చూస్తే 8:45.

తన ఫ్లాట్ తాళం తీస్తూ అరవింద్ ఫ్లాట్ వైపు చూశాడు. వీళ్ళ భోజనాలు అయ్యాయో లేదో అనుకున్నాడు.

లోపలకు వెళ్ళి, జూసెస్ ఫ్రిజ్‌లో పెట్టి, సోఫాలోని కుషన్లు మళ్ళీ సర్ది, నిలకడగా ఒక్క చోట ఉండకుండా ఇల్లంతా కలియ తిరుగుతున్నాడు. ఏదో పెళ్ళిచూపుల్లాగా ఏంట్రా ఈ హడావుడి, అని తనని తానే తిట్టుకున్నాడు. ఇంతలో డోర్ బెల్ మోగింది. సాగర్ చేతిలో ఉన్న గాజు గ్లాస్ కింద పడేసినంత పనైంది. ఒక్క క్షణంలో తేరుకొని, గ్లాస్ కిచెన్ కౌంటర్ మీద పెట్టి, తలుపు తియ్యడానికి వెళ్ళాడు.

తలుపు తీసి చూస్తే ఎవరో కుర్రాడు, 14-15 ఏళ్ళుంటాయి. "ఇది మీకు వచ్చిన కొరియర్, పొరబాటున మాకు వేసి వెళ్ళాడు పోస్ట్ మ్యాన్" అని ఒక కొరియర్ ఇచ్చాడు. సాగర్ మనసులో 'ఉష్షూ' అనుకొని, కుర్రాడికి థాంక్స్ చెప్పి, కొరియర్ తీసుకుని తలుపు వేశాడు. తొక్కలో కొరియర్, బ్యాంక్ వాడు పంపాడు. వీళ్ళ వలన సంవత్సరానికి ఎన్ని చెట్లు నరకబడతాయో పేపర్ కోసం అని తిట్టుకుంటూ కొరియర్ తన షెల్ఫ్ లో పెడుతుండగా మళ్ళీ డోర్ బెల్ మోగింది.

"నాన్నా సాగర్! ఓవర్ ఎక్సైట్‌మెంట్ వద్దు" అని సముదాయించుకుంటూ తలుపు తీశాడు. "హే సాగర్!" అంటూ రాహుల్ లోపలకి దూసుకొచ్చాడు. శ్రుతి కనబడపోయేసరికి నిరాశ నిలువునా ముంచేసింది. నీరసంగా హాయ్ రాహుల్ అని, అరవింద్ ఫ్లాట్ వైపు చూస్తూ నిలబడ్డాడు. ఇంతలో రాహుల్, "నైస్ హౌస్!" అంటూ చుట్టూ చూస్తూ సోఫాలో కూర్చున్నాడు. సాగర్ ఇంకా తలుపు దగ్గరే ఉండటం చూస్తే విషయం అర్థమైంది రాహుల్‌కి. నవ్వుతూ, "శ్రుతి ఒక ఫోన్ కాల్ మాట్లాడి వస్తుంది" అనగానే చప్పున తిరిగి, తలుపు వేసి, మరీ అంత క్లియర్ గా ఆత్రం పెళ్ళి కొడుకులా కనబడుతున్నానా అనుకుంటూ వచ్చి రాహుల్ ఎదురుగా ఉన్న సోఫాలో కూర్చున్నాడు.

"ఓల్డ్ మ్యాన్‌కి ఎలా ఉంది" అని అడిగాడు. "గంట క్రితమే స్పృహలోకి వచ్చారట" అని చెప్తున్న రాహుల్ మొహంలో ఆనందం చూసి సాగర్‌కి "అయినవారి సుఖ సంతోషాలకంటే గొప్ప ఆనందం లేదేమో ప్రపంచంలో" అనిపించింది.

"దట్స్ గ్రేట్ న్యూస్!" అన్నాడు ఉత్సాహంగా. ఇంతలో డోర్ బెల్ మళ్ళీ చప్పుడు చేసింది. "శ్రుతి వచ్చి ఉంటుంది" అన్నాడు రాహుల్.

"లెట్ మీ గెట్ ఇట్!" అంటూ సాగర్ తలుపు తీశాడు.

"హే సాగర్!" అంటూ హుషారుగా పలకరించింది శ్రుతి. పూటపూటకి అందం పెరిగిపోతుందా నీకు అనుకున్నాడు మనసులో. "హల్లో శ్రుతి, కమిన్ ప్లీజ్!" అంటూ లోపలకి ఆహ్వానించాడు.

శ్రుతి వచ్చి రాహుల్ పక్కన సోఫాలో కూర్చుంది. తన చేతిలో ఒక డైరీ లాంటి పుస్తకం, ఒక పెన్సిల్, తన మొబైల్ ఉన్నాయి. అవి తన పక్కన సోఫాలో పెడుతూ ఇంట్లో కనబడినమేరా చూస్తూ "లవ్లీ హౌస్" అని మెచ్చుకోలుగా అన్నది. థాంక్యూ అని మురిసిపోయాడు సాగర్.

"మొదలుపెడదామా?" అని రాహుల్ వాళ్ళు ఎందుకు కలుసుకున్నారో గుర్తు చేశాడు.

"యెస్" అని శ్రుతి ఇందాక తెచ్చిన డైరీ పెన్సిల్ అందుకొని, సాగర్‌ని వాళ్ళకు దగ్గరగా కూర్చోమన్నట్టు చేతితో సైగ చేసింది. "*అలా నన్ను రమ్మన్నావో అల్లాడి పోతానే*" అని ఎవరో సినీ కవి రాసిన లైన్ గుర్తొచ్చింది. ఎల్ ఆకరంలో ఉన్న సోఫా మధ్యలో చిన్న లవ్ సీట్ ఉంది. అది చిన్న టేబుల్లా వాడుతూ డైరీ అక్కడ తెరిచి పెట్టి ఉంచింది శ్రుతి. డైరీకి ఒక వైపు రాహుల్, మరో వైపు శ్రుతి కూర్చున్నారు. సాగర్ కుషనున్న చిన్న మోడా తెచ్చుకొని రాహుల్‌కి శ్రుతికి మధ్యలో వేసుకొని కూర్చున్నాడు.

"శివానీని వెతికేముందు కొంత రీసెర్చ్ అవసరమనిపించింది. నేను చేసిన రీసెర్చ్ క్లుప్తంగా చెప్తాను. కానీ అంతకంటే ముందు మీకు చెప్పాల్సింది ఏంటంటే, మనం ప్రయత్న లోపం లేకుండా ఎంత ప్రయాసపడినా శివానీ

దొరుకుతుందన్న గ్యారంటీ లేదు. ముందే అపశకునం పలుకుతున్నానని అనుకోవద్దు. జస్ట్ సెటింగ్ ద ఎక్స్‌పెక్టేషన్స్ రైట్. ఫలితం సంగతి పక్కన పెట్టి మనకు దొరికిన ప్రతీ క్లూ, ప్రతీ దారిని మనం ఎక్స్‌ప్లోర్ చెయ్యాలి. మన 100% ఇవ్వాలి" అంది శ్రుతి.

"అగ్రీ" అన్నాడు రాహుల్. సాగర్ కూడా సమ్మతమే అన్నట్టు తలూపాడు.

డైరీలో ఒక పేజ్ తీసి చూపించింది శ్రుతి, అక్కడ ఏవో అంకెలు, ఫ్లోచార్ట్లు వగైరా ఉన్నాయి.

"ముందుగా, ఇది మిస్సింగ్ కేసా కాదా అన్నది నిర్ధారించాలి. శివానీ తప్పిపోయి మూడు నెలలకు పైగా గడిచిపోయింది కాబట్టి మనకు ఫ్రెష్ లీడ్స్ దొరక్కపోవచ్చు. మామయ్య ఇదివరకోసారి దగ్గర్లోని అనాథాశ్రమాల్లో, శిశు విహార్లలో వెతికించారు కాబట్టి మనం అవి స్కిప్ చెయ్యొచ్చు. ఆ లిస్ట్ నాకు ఒక ఫైల్లో దొరికింది. అప్పట్లో ఒక ప్రైవేట్ డిటెక్టివ్‌ని హాయిర్ చేసినప్పుడు అప్పటివరకు దొరికిన ఇన్‌ఫర్మేషన్ ఆ ఫైల్లో పెట్టినట్టున్నారు.

ఇది వినడానికి కష్టంగా ఉండొచ్చు కానీ, శివానీ బతికే ఉందన్నది మనం కన్ఫర్మ్ చేసుకోవాలి. గత మూడు నెలల్లో 6-10 ఏళ్ళ వయసుగల ఆడపిల్లలు చనిపోయిన యాక్సిడెంట్లు ఏమైనా ఉన్నాయేమో అని నేను ఇంటర్నెట్లో వెతికాను. బెంగళూరు పరిసర ప్రాంతాల్లో అలాంటివి నాలుగు యాక్సిడెంట్లు జరిగాయి. ఒకటి స్కూల్ బస్, పదేళ్ళ పాప్ చనిపోయింది. ఫోటో చూశాను. శివానీ కాదు. రెండు యాక్సిడెంట్లలో కుటుంబం మొత్తం చనిపోయింది. అందులో శివానీ లేదు. నాలుగోది గుర్తుతెలియని పాప. బెంగుళూరు తమిళనాడు బార్డర్‌లో యాక్సిడెంట్‌లో చనిపోయింది. మొహం మీద పెద్ద గాయలుండటం వలన పోల్చుకోడానికి వీలు లేకుండా ఉంది. వయసు 6-8 మధ్యన ఉండొచ్చని ఉంది న్యూస్ ఆర్టికల్లో. చూడడానికి శివానీ కంటే పొడవుగా అనిపించింది. వొంటి రంగు కాస్త నలుపుగా ఉంది. శివానీ ఎర్రగా ఉంటుంది కాబట్టి ఆ పాప శివానీ కాదని నిర్ణయించుకున్నాను.

ఇక్కడ మరో విషయం చెప్పాలి. మనకు దొరికే లీడ్స్ కొన్ని ఎటూ

తేల్చుకోలేని ఫలితాలిస్తాయి. అప్పుడు మనం అక్కడే ఆగిపోకుండా, ఆ క్లూ ద్వారా కాకపోతే మరో క్లూ ద్వారా శివానీ దొరుకుతుందన్న నమ్మకంతో ముందుకువెళ్ళాలి. లేదంటే మనం చేసే ప్రయత్నాలకు ఉపయోగం లేకపోవచ్చు" అని వివరించింది శ్రుతి.

"యూ ఆర్ రైట్" అని రాహుల్ సమర్థించాడు.

"కొన్ని యాక్సిడెంట్స్ అసలు రిపోర్ట్ అవ్వవు కదా? అప్పుడెలా తెలుస్తుంది?" అడిగాడు సాగర్.

"గుడ్ క్వశ్చన్. వార్తల్లో కవర్ చెయ్యని ప్రమాదాలుంటాయి. అయితే శివానీ దత్తత కోసం తన ఆధార్ కార్డ్ హుటాహుటిన తయారు చేయించారు. కాబట్టి మనకు తన ఐడీ కాస్త సులువు అవుతుంది. యాక్సిడెంట్ వలన గాని, నేచురల్ రీజన్స్ అంటే సహజ మరణం అయినా గాని, అటువంటి చావు గురించి వార్తల్లో రాకపోయినా ఆసుపత్రుల్లో మెడికల్ రికార్డ్స్, డెత్ రిపోర్ట్స్ ఉంటాయి. ఒకవేళ డెడ్ బాడీని ఎవరూ క్లైం చెయ్యకపోయినా, ఆ వివరాలు హాస్పిటల్ రికార్డ్స్‌లో ఉంటాయి" అని చెప్పింది శ్రుతి.

"కానీ ఎన్ని ఆసుపత్రులు వెతకగలం?" రాహుల్ అడిగాడు.

"శిశిర్ ఫ్రెండ్ ఎవరైనా మనకు గవర్న్‌మెంట్ ఆసుపత్రుల్లోని ఈ రిపోర్ట్స్ ఇవ్వగలరేమో అడగాలి. అలాగే నేను Accidental Deaths & Suicides in India (ADSI) వెబ్సైట్‌లో ఏమైనా ఇన్ఫర్మేషన్ దొరుకుతుందేమో చూస్తాను. అలాగే ఇక్కడి ఎన్జీవోలతో మాట్లాడి ఈ మూడు నెలల్లో శివానీ ఎక్కడైనా దొరికిందేమో కనుక్కోవాలి" అంది శ్రుతి.

"కానీ శివానీ బెంగుళూరులోనే ఉందని గ్యారంటీ లేదు కదా?" అడిగాడు సాగర్.

"అదీ నిజమే కాని మనం ముందు లోకల్‌గా వెతికి, అక్కడ నుండి వేరే ప్రాంతాలకు సర్చ్‌ని విస్తరించాలన్నది నా ఆలోచన. మీరేమంటారు?" అని శ్రుతి రాహుల్, సాగర్‌లను వాళ్ళ అభిప్రాయం అడిగింది.

"నువ్వు చెప్పింది కరెక్టనిపిస్తుంది. మనకు స్టార్టింగ్ పాయింట్ ఈ ఊరే

కాబట్టి, ఇక్కడి నుండే మొదలు పెడదాం. ఏమంటావ్ సాగర్?" అని అన్నాడు రాహుల్.

కాసేపు ఆలోచించి, "ఆలోచిస్తే ఇదే కరెక్ట్ అప్రోచ్ అనిపిస్తుంది. పైగా ఇందాక శ్రుతి చెప్పినట్టు, ఇది వరకు కొన్నిచోట్ల వెతికారు కాబట్టి ఆ ప్లేసెస్‌ని వదిలి మిగతా చోట్ల వెతకటం సబబనిపిస్తుంది నాకు. నిజానికి శివానీ ఉండే బస్తీ నుండే మొదలుపెడితే మంచిది బహుశా" అని తన అభిప్రాయం చెప్పాడు సాగర్.

"గుడ్ ఐడియా! రేపు పొద్దున్నే అక్కడికెళ్ళి ఏమైనా వివరాలు తెలుస్తాయేమో కనుక్కుందాం.

సో మొదటి స్టెప్, శివానీ ఉండే బస్తీ

రెండోది గవర్న్మెంట్ హాస్పిటల్స్

మూడోది ఎన్జీవో" అని డైరీలో వరసగా రాసింది శ్రుతి.

"ఎవరైనా మిస్సింగ్ కంప్లైంట్ ఇచ్చారా?" అడిగాడు సాగర్.

"లేదు. ఎందుకంటే తను ఒక్కర్తే తప్పిపోలేదు కదా? మొత్తం కుటుంబం మాయమయ్యింది. అందుకే అందరూ వీళ్ళే ఎక్కడికో వలస వెళ్ళి ఉంటారని అనుకొని, కంప్లైంట్ ఇవ్వలేదు" అని శ్రుతి వివరించింది.

"నిజానికి మామయ్య కంప్లైంట్ ఇవ్వడానికి ఒకసారి పోలీస్ స్టేషన్‌కి వెళ్ళారు. కానీ మీరెవరు? మీకు వాళ్ళు ఏమవుతారు? ఎందుకు వాళ్ళ కోసం వెతుకుతున్నారని యక్ష ప్రశ్నలు వేసి మొత్తానికి కంప్లైంట్ రాసుకోకుండా విసిగించారు. అప్పుడే మామయ్య ప్రైవేట్ డిటెక్టివ్‌ని హాయిర్ చేసుకున్నారు" అని రాహుల్ చెప్పగానే శ్రుతి ఇది కూడా జరిగిందా అని ఆశ్చర్యపోయింది. అవునన్నట్టు రాహుల్ తలూపాడు. "మామయ్య పాపం తనకు వీలైనంతలో చాలా ప్రయత్నించారు" అన్నాడు మెల్లగా, అరవింద్ పడిన తాపత్రయం తలచుకుంటూ.

రాహుల్ బాధ పడటం గమనించి సాగర్ "ఇప్పుడు మనమంతా కలిసి వెతుకుదాం. శివానీ తప్పకుండా దొరుకుతుంది రాహుల్. ఆసుపత్రి నుండి

డిస్చార్జ్ అయ్యేసరికి ఓల్డ్ మ్యాన్‌కి సర్ప్రైజ్ ఇద్దాం" అని ప్రోత్సహించాడు. సాగర్‌లో ఒక సున్నితమైన మనిషున్నాడని గుర్తించింది శ్రుతి. సాగర్‌ని మెచ్చుకోలుగా చూస్తూ "సాగర్ ఈజ్ రైట్. అందరం కలిసి పని చేస్తే శివానీ దొరికే అవకాశాలు ఎక్కువ రాహుల్", అని మళ్ళీ పెన్సిల్‌తో డైరీలో ఏదో రాయడనికి సిద్ధమయ్యింది.

"అన్నట్టు, దీనికి ఒక టైం ఫ్రేం ఉండటం మంచిది. ఏమంటారు?" అనడిగింది ఇద్దరినీ.

"అవును, నాకూ ఎక్కువ రోజులు లీవ్ దొరకదు అన్నాడు రాహుల్. "నేను ఇక్కడ ఆఫీసులో ఈ మధ్యే చేరాను, నాదీ సేమ్ ప్రాబ్లెమ్" అని అన్నాడు సాగర్.

"హ్మ్... సరే, ముందు 3-4 రోజులు లీవ్ పెట్టి వెతుకుదాం. ఆ తర్వాత ఏంటనేది అప్పటి పరిస్థితి బట్టి చూద్దాం." అని శ్రుతి ప్లాన్ చెప్పింది. సాగర్, రాహుల్‌కీ అది బావుందనిపించింది.

"సో మన చేతుల్లో 3-4 రోజులున్నాయి. కానీ మనకి ఒక లోకల్ రిసోర్స్ కూడా ఉండాలి" అంది.

"ఎందుకు?" అడిగాడు రాహుల్.

"ఒకోసారి భాష సమస్య రావచ్చు. ఒకోసారి లోకల్స్‌కు మాత్రమే తెలిసిన వివరాలు, స్థలాలు, మనుషులు ఉంటారు. మనం బయట వాళ్ళమన్న ఫీలింగ్ ఉన్నప్పుడు సాయం చెయ్యడానికి జనాలు వెనకాడతారు. హ్యూమన్ సైకాలజీ" అని వివరించింది శ్రుతి.

"ఓకే, డ్రింక్స్ బ్రేక్?" అంటూ ఫ్రిజ్ వైపుకి కదిలాడు సాగర్.

రాహుల్ చిన్న ఈల వేస్తూ "ఇలాంటి అరేంజ్మెంట్స్ కూడా ఉన్నాయా?" అన్నాడు సాగర్‌ని చూసి కన్ను కొడుతూ.

సాగర్‌కి రాహుల్ అన్నది అర్థమయ్యి, గట్టిగా నవ్వేసి, "ఆ డ్రింక్స్ కాదు రాహుల్, ఫ్రూట్ జూస్" అని జూస్ కార్టన్లు ఫ్రిజ్‌లోంచి తీసి చూపించాడు. ఆరెంజ్, లిచీ, మ్యాంగో అని ఫ్లేవర్లు చెప్పాడు.

ఈసారి శ్రుతి నవ్వేసి, "లిచీ ఫర్ మీ ప్లీజ్!" అని సాగర్‌కు చెప్పి, "అందరూ నీలా, మామయ్యలా తాగుబోతులనుకున్నావా?" అని వెక్కిరించింది రాహుల్‌ని.

"హేయ్! మామయ్య అంటే గుర్తొచ్చింది, సాగర్ ఫేవరెట్ డ్రింక్ గురించి చెప్పారు నాకోసారి" అన్నాడు రాహుల్. సాగర్ కనుబొమ్మలు ముడి పడ్డాయి ప్రశ్నార్థకంగా. "నా ఫేవరెట్ డ్రింకా?" అని శ్రుతికి లిచీ, రాహుల్‌కి ఆరెంజ్ జూస్ ఇచ్చి, తనకోసం లిచీ జూస్ తెచ్చుకొని, సోఫాలో రాహుల్ వైపు కూర్చుంటూ అన్నాడు సాగర్.

"యా..." అని జూస్ అందుకున్నాడు రాహుల్.

"ఏంటో మరి చెప్పండి" అని తన కార్టన్ తెరిచి ఒక సిప్ తీసుకున్నాడు సాగర్.

"ఓకే! ఈ మీరు, అండీలు ఇక్కడితో ఆపేద్దాం ముందు, ఏమంటారు?" అన్నాడు రాహుల్. "ష్యూర్!" అన్నాడు సాగర్. తనక్కూడా సమ్మతమే అన్నట్టు బొటనవేలు ఒక్కటి చూపించింది శ్రుతి.

"ఇంతకీ నాకు ఇష్టమైన డ్రింక్ ఏంటంటా?" అనడిగాడు సాగర్.

చెప్పేయనా అని ఊరించాడు రాహుల్.

చెప్పు అని సాగర్ అన్నాడే కానీ ఎందుకో తనకి ఆల్రెడీ అర్థమైపోయిన ఫీలింగ్ కలుగుతుంది.

అప్పుడు రాహుల్, "పానకం ఆన్ ద రాక్స్!" అని మైక్ పట్టుకొని అనౌన్స్ చేస్తున్నట్టు నటిస్తూ రహస్యం బయటపెట్టాడు. శ్రుతికి పొలమారింది. చేతిలోని జూస్ ఒలికింది. తలపై తట్టుకుంటూ నవ్వింది. తర్వాత సోఫా మీద పడ్డ జూస్ తుడుస్తూ, సారీ చెప్తూ నవ్వుతూనే ఉంది.

ఆ నవ్వుని, అది శ్రుతి బుగ్గలపై తెచ్చిపెట్టిన సొట్టలని చూస్తూ "నా నిద్ర చెడగొట్టడానికే ఉన్నాయి ఈ సొట్ట బుగ్గలు" అనుకుంటూ తను కూడా శ్రుతి నవ్వులో శ్రుతి కలిపాడు.

కాసేపు అలాగే నవ్వుతూ శ్రుతి ఎందుకో గంభీరంగా మారిపోయి, "సారీ

సాగర్. మిమ్మల్ని ఎగతాళి చెయ్యడం తప్పు. అసలు మామయ్యతో గానీ శివానీతో ఎలాంటి సంబంధం లేకపోయినా మాతో కలిసి పని చెయ్యడం నిజంగా మెచ్చుకోదగిన విషయం" అని అనేసరికి ముందు రాహుల్ గతుక్కుమన్నాడు.

శ్రుతి అన్న మాటతో ఒక్క క్షణంలో మూడ్ మొత్తం మారిపోతుందని సాగర్ కూడా ఊహించలేదు. శ్రుతిని చూస్తూ, "మనం 'మీరూ' అనుకోవడం మానేద్దామని డిసైడ్ అయ్యాం కాబట్టి ముందు నువ్వు ఆ అలవాటు మానుకో. రెండోది, నేను చేస్తున్నది నా ప్లేస్‌లో మీరిద్దరున్నా చేస్తారు. పైగా మీ మామయ్య నాకు స్నేహితులు. ఆ మాత్రం సాయం చేయని స్నేహం కూడా స్నేహమేనా?" అంటూ ఇద్దరి వైపు నవ్వుతూ చూశాడు సాగర్.

"యూ... మై ఫ్రెండ్ ఆర్ ఆసమ్!" అన్నాడు రాహుల్ సోఫాలోంచి లేచి వచ్చి సాగర్‌ని హత్తుకునేందుకు. సాగర్ లేచి రాహుల్‌ని కౌగిలించుకున్నాడు. ఈ లోగా శ్రుతి కూడా లేచి "సరే, బాగా లేటయ్యింది. రేపు బ్రేక్ఫాస్ట్ అయ్యాక మొదటి పని శివానీ వాళ్ళ బస్తీకి వెళ్ళడం" అంది శ్రుతి.

"ఎన్నింటికి వెళ్దాం?" అని అడిగాడు సాగర్.

"పదింటికి వెళ్దామా?" అని రాహుల్ అన్నాడు. సరే అన్నట్టు శ్రుతి, సాగర్ తలూపారు.

గుడ్ నైట్ చెప్పేసి ఫ్లాట్‌కి వెళ్ళిపోయారు రాహుల్ శ్రుతిలు.

సాగర్ తలుపు వేసి వచ్చి మంచం మీదకు చేరి, మ్యూజిక్ సిస్టంకి పని చెబుదామా లేదా శ్రుతి మాటలు గుర్తు చేసుకుంటూ నిద్రపోదామా అన్న సంశయంలో ఉండగా డోర్ బెల్ మోగింది. ఎవరబ్బా అనుకుంటూ వెళ్ళి తలుపు తీస్తే, ఎదురుగా రాహుల్. ఒక దిండు, దుప్పటి, వాటర్ బోటల్ పట్టుకొని పళ్ళికిలించుకుంటూ రాహుల్.

"ఓహ్! కమిన్ రాహుల్!" అంటూ లోపలకి రమ్మన్నాడు సాగర్. "ఆ ఇంట్లో మహా గందరగోళంగా ఉంది. బోనస్‌గా చైత్ర కూతురి కేర్ కేర్‌లు. నువ్వేమనుకోకపోతే, ఇక్కడ నీ సోఫా మీద పడుకోవచ్చా, ఒక్క రాత్రికి" అని

ప్రతిమాలాడు రాహుల్.

సాగర్ వెంటనే “భలే వాడివే! గెస్ట్ బెడ్ రూం ఉంది, హ్యాప్పీగా పడుకో రాహుల్” అని రూం చూపించాడు.

“థాంక్స్ సో మచ్ మ్యాన్!” అని బెడ్ పక్కన నీళ్ళ బాటిల్ పెట్టి, దిండు మంచం మీద వేసి, “నువ్వు లేకపోతే ఇవ్వాళ నా పరిస్థితి ఎలా ఉండేదో?” అని మెలోడ్రామ నిండిన గొంతుతో అన్నాడు రాహుల్. “నువ్వూ నీ డ్రామా” అని నవ్వేసి, గుడ్ నైట్ చెప్పి తలుపు వేసి, తన బెడ్ రూంకి వచ్చి ఆ రాత్రికి శ్రుతి సొట్ట బుగ్గలు, క్యూట్ మాటలు చాలని నిర్ణయించుకొని, సంగీత సామ్రాజ్యానికి టెంపరరీగా సెలవిచ్చి, నిద్రపోయాడు.

***

6

మరుసటి రోజు ఉదయం ఎనిమిదింటికి రాహుల్ లేచి రూం బయటకు వచ్చేసరికి సాగర్ లివింగ్ రూంలో పుషప్స్ చేస్తున్నాడు. "గుడ్ మార్నింగ్ ఫిట్నెస్ ఫ్రీక్!" అని పలకరించాడు రాహుల్. సాగర్ పుషప్స్ ఆపేసి, నవ్వుతూ "గుడ్ మార్నింగ్ రాహుల్. ఈ మధ్య జిమ్‌కు వెళ్ళడం కుదరటంలేదు అందుకే..." అంటూ నసిగాడు.

"ఆల్రెడీ హీరోలా ఉన్నావ్, నీకేంటి బాస్?" అని టీజ్ చేశాడు సాగర్‌ని. సాగర్ నవ్వుతూ "కాఫీ?" అనడిగాడు.

"నో నో. ఇప్పటికే చాలా ఇబ్బంది పెట్టాను, ఇంటికి వెళ్ళి ఫ్రెష్ అయ్యి అక్కడే కాఫీ తాగెదము. థాంక్స్" అని ఫ్లాట్‌కి వెళ్ళిపోయాడు.

సాగర్ మరి కాసేపు వర్కౌట్ చేసి, స్నానం చేసి,రెండు ఉడకబెట్టిన గుడ్లు వాలిచి ప్లేట్లో పెట్టుకొని, గ్రిల్డ్ స్యాండ్విచ్ చేసుకొని, మగ్ నిండా బ్లాక్ కాఫీ వేసుకొని, న్యూస్పేపర్ తిరిగేస్తూ బ్రేక్‌ఫాస్ట్ పూర్తి చేసేసరికి టైం 9:30.

మొబైల్లో వాట్సాప్ చూస్తుంటే ఒక మెసేజ్ వచ్చింది, తనని ఒక గ్రూప్‌లోకి చేర్చినట్టు. మళ్ళీ ఏ పనికిమాలిన గ్రూప్లో చేర్చారో అని విసుక్కుంటూ చూసేసరికి, ఆపరేషన్ శివానీ అని గ్రూప్ పేరు కనబడింది. తనకు తెలియని నంబర్ ద్వారా సృష్టించబడింది. అంటే బహుశా శ్రుతి క్రియేట్ చేసి ఉంటుంది అనుకున్నాడు. గ్రూప్ లో రాహుల్, తను, గ్రూప్ సృష్టికర్త ఉన్నారు.

"హలో రాహుల్, సాగర్.

మనం శివానీని వెతికేందుకు సాయపడుతుందని ఈ గ్రూప్ క్రియేట్ చేశాను" అని మొదటి మెసేజ్.

"గుడ్ ఐడియా శ్రుతి" అన్నాడు రాహుల్.

బొటను వేలు చూపే ఎమోజీ రిప్లయ్‌గా పంపించాడు సాగర్.

సరే లెట్స్ మీట్ ఇన్ 20 మినిట్స్ అని రాహుల్ మెసేజ్.

ఇరవై నిమిషాల తర్వాత సాగర్, రాహుల్, శ్రుతి అపార్ట్‌మెంట్ కారిడార్‌లో కలుసుకున్నారు. "చేంజ్ ఇన్ ప్లాన్. బస్తీకి మనిద్దరం వెళ్దాం, రాహుల్ హాస్పిటల్స్‌లో శివానీ గురించి ఏమైనా ఇన్‌ఫర్మేషన్ దొరుకుతుందేమో కనుక్కుంటాడు" అంది శ్రుతి.

"యెస్ సాగర్. మనకు టైం సేవ్ అవుతుంది" అన్నాడు రాహుల్. "ష్యూర్" అని "కార్ కావాలా?" అని తాళాలు తీసిచ్చాడు రాహుల్‌కి. "లేదు, ఫ్రెండ్ వస్తున్నాడు." అని సమాధానమిచ్చాడు రాహుల్. ముగ్గురూ లిఫ్ట్‌లో గ్రౌండ్ ఫ్లోర్‌కు చేరుకొని, రాహుల్ గేట్ వైపుకి, శ్రుతి సాగర్ బస్తీ వైపుకి బయలుదేరారు. గేట్ వైపు వెళ్ళేముందు ఏమైనా అప్డేట్స్ ఉంటే గ్రూప్‌లో పంచుకుందామన్నాడు రాహుల్, సరే అన్నారు శ్రుతి, సాగర్.

ఇవాళ పసుపు రంగు కుర్తా, ఎరుపు పలాజో వేసుకుంది శ్రుతి. మెడలో బ్లాక్ మెటల్ చెయిన్, చెవులకు బ్లాక్ మెటల్ చిన్న జూకాలు, కుడి చేతికి బ్లాక్ మెటల్ సన్నటి గాజులు, ఎడమ చేతికి ఫాసిల్ వాచ్, గోళ్ళకు ఎరుపు రంగు నెయిల్ పాలిష్, కాలికి జోధ్‌పూరి చెప్పులు, ఒంటికి ఏదో దేవలోకంలో తయారు చేయబడ్డ పర్ఫ్యూమ్. శ్రుతి పక్కన నడుస్తుంటే "ఇలా ఎన్ని మైళ్ళైనా నడిచేస్తా నీతో" అని అనుకున్నాడు మనసులో.

సాగర్‌కు ఇలా ఊహించని ఈ ఏకాంతంలో ఏం మాట్లాడాలో అర్థం కాలేదు.

వారి మధ్య మౌనాన్ని ఛేదిస్తూ, "మామయ్య పక్కింట్లో వంట చేసే సావిత్రి శివానీ వాళ్ళ పిన్ని స్నేహితురాలంటా, ఇప్పుడు మనం తననే కలవబోతున్నాం,

తన ద్వారా ఇంకొంతమందిని కలిసి వివరాలు కనుక్కోవచ్చని” చెప్పింది శ్రుతి.

“ఓహ్ ఓకే!” అన్నాడు సాగర్.

బస్తీలో చిందర వందరగా ఉన్నాయి ఇళ్ళు. కొన్ని చోట్ల టార్పాలిన్ షీట్‌కి కర్ర ముక్కలు దన్నుగా పెట్టి గుడిసెల్లా చేసి ఉన్నారు. చిన్న సందులు, దగ్గర దగ్గరగా ఇళ్ళు. చాలా వరకు పనికి వెళ్ళిపోయినట్టున్నారు. ఇళ్ళలో ఆడవారు, చిన్న పిల్లలు, ముసలి వాళ్ళూ మాత్రమే ఉన్నట్టున్నారు.

ఇంటి అరుగు మీద చేరబడి వచ్చే పోయేవాళ్ళని చూస్తున్న ఒక ముసలతన్ని, “ఇక్కడ సావిత్రి ఇల్లు ఎక్కడ?” అని అడిగింది శ్రుతి. పగిలిన కళ్ళద్దాల్లోంచి శ్రుతిని పరికించి చూసి, ఎడమ చెయ్యెత్తి, “అక్కడ కొళాయి ఎదురుగా ఉన్న ఇల్లు” అని సమాధానమిచ్చాడు. థాంక్స్ చెప్పి ముందుకు కదిలారిద్దరూ. ఎక్కడో చిన్న పిల్ల ఏడుపు వినిపిస్తుంది. ఒక చోట రోడ్ మీద తాగేసి పడిపోయినట్టు ఉన్నాడో మనిషి.

కొళాయి ఉన్న చోటికి వచ్చి నిలబడ్డారిద్దరూ. అక్కడ రెండు ఇళ్ళున్నాయి. ఏ ఇల్లు సావిత్రిదో అన్న సందేహంలో ఉండగా, “ఎవరు కావాలి?” అంటూ ఒక మహిళ ఎడమ వైపు ఇంటినుండి బయటకొస్తూ అడిగింది. శ్రుతి, “సావిత్రి గారి ఇల్లు ఎక్కడండి”, అనడిగింది. “నేనే సావిత్రి. మీరెవరు?”

“శివానీ గురించి వెతుకుతున్నామండి. తన పిన్ని మీకు స్నేహితురాలని తెలిసింది. ఎక్కడికెళ్ళారో మీకేమైనా తెలుసా?” అని వచ్చిన పని గురించి చెప్పింది. సావిత్రి ఒక్క క్షణం ఆలోచించి, లోపలకి రండని ఇంట్లోకి పిలిచింది ఇద్దరిని.

ఇరుకు ఇల్లు, చిన్న హాలు, పక్కనే ఒక మూలన కిరసనాయిలు పొయ్యి మీద వంట చేస్తున్నట్టుంది సావిత్రి. మరో చిన్న గదిలో ఉయ్యాల ఉంది. అందులో చంటి బిడ్డ నిద్రపోతున్నట్టు తెలుస్తోంది.

హాల్లో ఒక పాత కుర్చీ, ఒక చిన్న స్టూల్ చూపిస్తూ కూర్చోమని చెప్పి, గచ్చు మీద కూర్చుంది సావిత్రి. సాగర్‌ని కుర్చీ మీద కూర్చోమని చెప్పి, స్టూల్‌ని సావిత్రికి దగ్గరగా వేసుకొని కూర్చుంది శ్రుతి.

"సరోజా నేనూ వంట పనికి పోయేవాళ్ళం. బాబు పుట్టాక నేను పని మానేసాను. సరోజా వాళ్ళాయన సిమెంట్ ఫ్యాక్టరీలో పని చేసేవాడు. అక్కడ దుమ్ము ఊపిరి తిత్తుల్లోకి పోయి జబ్బు చేస్తుందని, వేరే ఏదైనా ఉద్యోగం కోసం చూసేవాడు. మా ఆయన డ్రైవరు. సరోజా వాళ్ళాయన్ని డ్రైవింగ్ నేర్చుకోమని చెప్పేవాడు కానీ వినేవాడు కాదు" అని చెప్పుకొచ్చింది సావిత్రి.

"శివానీని ఎలా చూసుకొనేవారు" టాపిక్‌ని శివానీ మీదకు మళ్ళించడానికి ప్రయత్నించింది శ్రుతి.

"ఆ పాపను పెంచుకోడానికి వీళ్ళు తెచ్చుకునే నాటికి ఇద్దరూ బానే ఉండేవారు. పాపని కూడా బానే చూసుకొనేవారు. సరోజకు కొడుకు పుట్టగానే కళ్ళు నెత్తికెక్కాయి. అక్కడికి దానికొక్కదానికే కొడుకున్నట్టు" అంటూ రుసరుసలాడుతూ, తన బాబు నిద్రపోతున్న గది వైపు చూస్తూ చెప్పింది సావిత్రి.

"బాబు పుట్టాక ఏమైంది?" అని శ్రుతి మరో సారి సంభాషణని గాడిలో పెట్టడానికి ప్రయత్నించింది.

"వాడు పుట్టాక సరోజా వాళ్ళాయన ఎక్కువ డబ్బు సంపాదించాలని చూసేవాడు. ఇప్పుడు ఒకరు ఎక్కువయ్యారు కదా కుటుంబంలో? సరోజాకి పనికి పోవడం ఇష్టం లేదు. శివానీ చేత పని చెయ్యించాలని దాని ప్లాను. గానీ వాళ్ళాయన ఒప్పుకొనేవాడు కాదు. అదే దానికి కోపం, ఆ కోపం చిన్న పిల్ల మీద చూపించేది.

పాపని స్కూల్ మాన్పించడానికి చూసింది కానీ తెలివైన పిల్ల, మాన్పించొద్దని స్కూల్లో వాళ్ళు చెప్పారు. సరోజా వాళ్ళాయన కూడా ఒప్పుకోలేదు. ఫీజ్ డబ్బులు కావాలంటే నేనిస్తానని సుబ్బయ్య వాళ్ళ అయ్యగారు చెప్పేవారు పాపం."

శ్రుతి, సాగర్ ఒకరి మొహాలు ఒకరు చూసుకున్నారు, సావిత్రి చెప్తుంది అరవింద్ గురించే అని అర్థమయ్యి.

తర్వాత ఏమైందని శ్రుతి అడిగింది.

"ఏమోనమ్మా, ఒక రోజు మొగుడూ పెళ్ళాలు బాగా గొడవపడ్డారు. శివానీని ఇంట్లోంచి పంపెయ్యమని సరోజా. ఆడపిల్లని ఎలా వదిలించుకుంటాం, శివానీని

దత్తత తీసుకోడానికి ముంబై నుండి మొగుడూ పెళ్ళాలు వచ్చారు. వాళ్ళకి అప్పగించి వెళ్దాం అని సరోజా మొగుడు వాదులాడుకున్నారు" అంది సావిత్రి.

"అదేంటి? శివానీని ముంబై పంపించడం ఇష్టం లేదా సరోజ గారికి?" అడిగింది శ్రుతి.

"అస్సలు ఇష్టం లేదమ్మా" అని జవాబిచ్చింది సావిత్రి.

"ఎందుకు?" అడిగాడు సాగర్.

"తన కొడుకు కూలీ నాలీ చేసుకున్నోళ్ళ ఇంట్లో పెరిగితే, శివానీ మాత్రం గొప్పింట్లో ఎందుకు పెరగాలి అన్న కుళ్ళు దానికి. అందుకే వాళ్ళు రాకముందే శివానీని వదిలించుకోడానికి చూసింది. ఏం చేసిందో, ఎలా చేసిందో కానీ, మొత్తం కుటుంబం మాయమైపోయింది. ఆ రోజు రాత్రే ఎక్కడికో పోయారు" అని చెప్పింది సావిత్రి.

"ఆ తర్వాత ఎవరికైనా ఫోన్ చెయ్యడం కాని, కబురు పెట్టడం కానీ చేశారా?" ఈసారి సాగర్ అడిగాడు.

"లేదు బాబు. ఆ తెల్లారి మా ఆయన వాళ్ళాయనకి ఫోన్ చెయ్యడానికి చూసాడు కాని సిచ్చాఫు అని వచ్చింది"

"ఇంకెవరికైనా వాళ్ళ గురించి తెలిసే అవకాశముందా? బంధువులు? స్నేహితులు?" అడిగింది శ్రుతి.

"వాళ్ళాయన ఎవ్వరితో ఎక్కువగా కలిసేవాడు కాదు. దానికి బస్తి అందరితో గొడవలే. నేనూ, మా ఆయన తప్ప స్నేహితులు ఎవరూ లేరు వాళ్ళకి. నాకు వాళ్ళ బంధువులు ఎవరూ తెలియదమ్మా".

ఇక చేసేదేం లేదని శ్రుతి సాగర్ లేచి నిల్చున్నారు, బయలుదేరడానికి. శ్రుతి "మీకు శివానీ గురించి గానీ, సరోజా గారి గురించి గానీ ఏమైనా వివరాలు తెలిస్తే ఈ నంబర్‌కు ఫోన్ చేస్తారా ప్లీజ్?" అని విజిటింగ్ కార్డ్ ఇచ్చింది. సావిత్రి సరేనమ్మా అని కార్డందుకుంది. ముగ్గురూ ఇంటి బయటకు వచ్చారు. సాగర్ వస్తామండి అని సావిత్రికి చెప్పి, శ్రుతి కూడా సావిత్రికి ఓ మాట చెప్తే ఇద్దరం కలిసి వెళ్దామని వేచి చూశాడు. శ్రుతి తన మొబైల్ కేస్‌లోంచి ఓ ఐదొందల నోట్

తీసి, సావిత్రి చేతిలో పెడుతూ, బాబుకి ఏమైనా కొనిపెట్టండని చెప్పి, వెళ్ళొస్తానని చెప్పి సాగర్‌కు కళ్ళతో, ఇక వెళ్దామా అన్నట్టు చూసింది. సరే అన్నట్టు తలూపి, నడక మొదలుపెట్టాడు. శ్రుతి పక్కనే నడిచింది.

"లుక్స్ లైక్ ఇట్స్ అ డెడ్ ఎండ్." అంది శ్రుతి నిరాశగా. "ఇట్స్ ఓకే శ్రుతి, మన మొదటి ప్రయత్నమే కదా, ఇంకాస్త ప్రయత్నిస్తే దొరుకుతుందేమో", అంటూ మొబైల్ ఫోన్‌లో వాట్సాప్ గ్రూప్ చూశాడు. "ఇంకా రాహుల్ ఏమి అప్డేట్ ఇవ్వలేదు" అన్నాడు. "మనం ఇంటికి చేరాక ఒక సారి కాల్ చేద్దాం" అంది శ్రుతి. సాగర్ ఏకీభవించాడు.

"ఇక్కడ ఇంకెవరినైనా అడిగి చూద్దామా?" అంది శ్రుతి. "ఇక్కడ ఎవ్వరితో పెద్దగా స్నేహం లేనట్టుంది వాళ్ళకి. మనం సుబ్బయ్యని అడిగి చూద్దాం, ఇంకెవరికైనా తెలిసే అవకాశం ఉందేమోనని" అన్నాడు సాగర్.

సరే అన్నట్టు తలూపింది శ్రుతి. "ఆఫీసులో సెలవు దొరకడం కష్టం అన్నావు. ఎలా మేనేజ్ చేసావ్" అని అడిగింది సాగర్‌ని. హఠాత్తుగా టాపిక్ తన మీదకు వచ్చేసరికి కాస్త కంగారు పడ్డాడు సాగర్, కానీ అంతలోనే తేరుకుంటూ, "అమ్మా నాన్నలని చూడటానికి వెళ్ళాలని ఈ లీవ్స్ ముందే ప్లాన్ చేసుకున్నాను. ఇప్పుడు పనికొచ్చాయి" అన్నాడు.

శ్రుతి వెంటనే, "అయ్యో! ఫ్యామిలీ కోసం అట్టిపెట్టుకున్న సెలవులు మాకోసం వాడేస్తున్నావా?" అని అపరాధ భావం నిండిన గొంతుతో అంది. అందుకు సాగర్ నవ్వి, "పర్వాలేదు, వాళ్ళనే బెంగుళూరు తీసుకొస్తాను త్వరలో. నా ఫ్లాట్ కూడా వాళ్ళింకా చూడలేదు" అన్నాడు.

"ఓహ్! అలా అయితే ఓకే" అంది నవ్వుతూ. "ఇఫ్ యూ డోంట్ మైండ్, రాహుల్‌కి మీ ఇంటి నుండి కాల్ చెయ్యొచ్చా, ప్రస్తుతానికి శివానీ విషయం మన ముగ్గురి మధ్యనే ఉండనివ్వాలని అనుకుంటున్నా", అంది.

ష్యూర్ అంటూ తన ఫ్లాట్ తాళం తీశాడు. కమిన్ అని ఆహ్వానించాడు. లోపలకి వచ్చి, రాత్రి తను పడేసిన జూస్ మరక సోఫా మీద చూసి, "అయ్యో! మరక పడిందే, సో సారీ సాగర్" అంది. సాగర్ నవ్వేసి, "నో బిగ్ డీల్. సోఫా

కవర్ మార్చే టైం లేకపోయింది. అయినా ఆ మరక చూసినప్పుడంతా రాహుల్ జోక్, నీ నవ్వు, మనం కలిసి గడిపిన టైం గుర్తొస్తాయి. సో అదేదో వాషింగ్ పౌడర్ కంపెనీ అన్నట్టు మరక మంచిదే" అన్నాడు.

శ్రుతి మనసులో "హౌ స్వీట్" అనుకుంది కానీ బయటకు చిన్న నవ్వు నవ్వి ఊరుకుంది. "రాహుల్‌కి కాల్ చేస్తున్నాను. స్పీకర్ ఆన్ చేస్తాను. రా" అని సోఫాలో తన పక్కన చోటుని కుడి చేత్తో తడుతూ అక్కడ కూర్చోమని చెప్పింది.

ఫోన్ 3-4 సార్లు రింగ్ అయ్యాక రాహుల్ "హలో!" అన్నాడు.

"హలో రాహుల్, ఏమైనా అప్డేట్స్ ఉన్నాయా?" అనడిగింది శ్రుతి.

"లేదు శ్రుతి, ఇక్కడ గవర్నమెంట్ హాస్పిటల్స్‌లో చనిపోయిన వారి ఇన్ఫర్మేషన్ కనుక్కోవడం అంత ఈజీ కాదని ఇవ్వాళే తెలిసింది. శిశిర్ ఫ్రెండ్ పెద్ద పొజిషన్‌లో ఉన్నారంటా, ఆయన్ని కలిస్తే పని జరగొచ్చు కాని ఆయన అపాయింట్మెంట్ దొరకడమే కష్టం", అన్నాడు రాహుల్.

"శిశిర్ ఏమన్నారు?" అడిగాడు సాగర్

"హే సాగర్, నువ్వు అక్కడే ఉన్నావా? శిశిర్ ఒక కామన్ ఫ్రెండ్‌ని అడిగి చూస్తానన్నాడు. సాయంత్రానికి తెలుస్తుంది. మీ సంగతేంటి? బస్తీలో ఏమైనా క్లూస్ దొరికాయా?" అడిగాడు రాహుల్

"లేదురా, నో క్లూ" అంది శ్రుతి నిరాశగా.

"ఇట్స్ ఓకే శ్రుతి. మనం ఇప్పుడేగా మొదలుపెట్టింది?" అన్నాడు రాహుల్ తననిఉత్సాహపరచడానికి.

"త్వరలో ఏమైనా ఇన్ఫర్మేషన్ దొరకాలి" అంది శ్రుతి.

"సరే, నెక్స్ట్ స్టెప్ ఏంటి", సాగర్ అడిగాడు ఇద్దరినీ ఉద్దేశించి.

అందుకు శ్రుతి, "ముందు శివానీ చనిపోలేదని మనం నిర్ధారించుకోవాలి. దానికి ఒక రోజు టైమిచ్చి చూద్దాం. ఒకవేళ ఈలోగా మనకు తగిన ఇన్ఫర్మేషన్ దొరక్కపోతే, శివానీ బ్రతికే ఉందన్న నమ్మకంతో పని చేద్దాం" అని ప్లాన్ వివరించింది.

ఓకే అన్నారు సాగర్, రాహుల్.

“శ్రుతి నువ్వేదో వెబ్సైట్‌లో ఇన్ఫర్మేషన్ కోసం చూస్తానన్నావ్ కదా?” అడిగాడు రాహుల్.

“అది నేను రాత్రికి చేస్తాను రాహుల్. మనందరం లీవ్ పెట్టాం కాబట్టి, రోజులో ఎంతమందిని కలవగలిగితే అంతమందిని కలుద్దాం, ఎన్ని చోట్ల తిరగ్గలమో అన్ని చోట్లకీ తిరుగుదాం, రాత్రి డెయిలీ ప్రోగ్రెస్ ట్రాక్ చేద్దాం” వివరించింది శ్రుతి.

“అవును, అదే కరెక్ట్” అన్నాడు సాగర్.

“రాహుల్ నువ్వు హాస్పిటల్స్ గురించి కనుక్కో. ఈ లోగా నేనూ సాగర్, అనాథాశ్రమాలు, షెల్టర్స్, లాంటి చోట్ల ఫోన్ చేసి, శివానీ కోసం అడిగి చూస్తాం. అవసరమైతే కొన్ని ఆర్ఫనేజెస్‌కి వెళ్ళి చూస్తాం. నీకు ఓకేనా సాగర్?”, అని అడిగింది.

“కచ్చితంగా ఓకే! శివానీ ఆధార్ కార్డ్ కాపీ మనదగ్గర ఉంది కాబట్టి మన పని కాస్త సులువు కావచ్చు”.

“ఓకే డన్!” అన్నాడు రాహుల్. “ఏమైనా తెలిస్తే గ్రూప్‌లో మెసేజ్ చేద్దాం, టాటా!” అని కాల్ డిస్కనెక్ట్ చేశాడు.

***

7

"అనాథాశ్రమాల్లో స్టాఫ్ సాయంత్రం 5 తర్వాత దొరకరు. ఈలోగా ఎన్ని ఆశ్రమాలకు కాల్ చెయ్యగలిగితే అంత మంచిది. అప్పుడే 12:30 అయిపోయింది" అంది శ్రుతి.

"కరెక్ట్" అన్నాడు సాగర్. "నేను ల్యాప్టాప్ తెస్తాను, ఆర్ఫనేజ్ కాంటాక్ట్ నంబర్స్ గూగల్ చేసి ఇద్దరం కాల్ చెయ్యడం మొదలుపెడదాం" అని తన రూంలోకి వెళ్ళి ల్యాప్టాప్ తెచ్చి, సోఫాలో శ్రుతికి కొంచెం దూరంలో కూర్చున్నాడు.

"నేను కూడా నా ల్యాప్టాప్ తెచ్చుకుంటా, బీ రైట్ బ్యాక్", అని వెళ్ళింది.

పది నిమిషాల్లో తన ల్యాప్టాప్, మొబైల్ చార్జర్, ఎయిర్ పాడ్స్, డైరీ, పెన్సిల్, ఒక చాక్లెట్ తెచ్చుకుంది.

ఇవి ఎక్కడ పెట్టను అన్నట్టు సాగర్ వైపు చూసింది. సాగర్ లివింగ్ రూంకీ కిచెన్కి మధ్యలో ఉన్న డైనింగ్ టేబల్ చూపించాడు, థాంక్స్ అని నవ్వుతూ సరంజామా మొత్తం టేబల్ మీద పెట్టేసి, చాక్లెట్ మాత్రం తెచ్చుకొని సాగర్కి కొంచెం దూరంలో సోఫాలో కూర్చొని, చాక్లెట్ రెండు ముక్కలు చేసి, "త్వరలో తీపి వార్త మనం వినాలని కోరుకుంటూ", అని సగం చాక్లెట్ సాగర్కు ఇచ్చింది.

నేనైతే రెండు తీపి వార్తలు కోసం ఎదురుచూస్తున్నానుకున్నాడు. నవ్వుతూ, "థాంక్స్, హోప్ సో!", అని చాక్లెట్ అందుకున్నాడు.

"మనం కాల్స్ మొదలుపెడదాం", అని తన ల్యాప్టాప్ శ్రుతి వైపు తిప్పి, "నేను ఈ ఏరియా కవర్ చేస్తున్నాను, నువ్వు అటు వైపు నుండి కవర్ చేసుకుంటూ రా" అని చూపించాడు. "ష్యూర్!" అంది శ్రుతి. సోఫాలో సాగర్, డైనింగ్ టేబల్ దగ్గర కూర్చొని శ్రుతి, ఇద్దరూ కాల్స్ చెయ్యడం మొదలుపెట్టారు.

ఎడతెరిపి లేకుండా దాదాపు 45 నిమిషాల పాటు కాల్స్ చేస్తూనే ఉన్నారు.

మధ్యాహ్నం 1:45 అయ్యేసరికి శ్రుతి సాగర్ దగ్గరకు వచ్చి, "నీకు ఆకలేయడం లేదా? అనడిగింది. "నిద్ర కూడా పట్టడం లేదు. నీకేం తెలుసు నా బాధలు" అనుకున్నాడు.

బయటకి మాత్రం "నీకు ఆకలేస్తుందా? లంచ్ ఆర్డర్ చేద్దామా?" అనడిగాడు.

"పిజ్జా?" అని చిన్న పిల్లలా అడిగింది కళ్ళు పెద్దవి చేసుకుంటూ.

సాగర్‌కి నవ్వొచ్చింది. "చెన్నైలో పిజ్జాలు దొరకవా, పిజ్జా కోసం మొహం వాచిపోయినదానిలా అడిగావ్" అన్నాడు వెక్కిరిస్తూ.

"ఇంటికొచ్చిన గెస్ట్‌కి ఏదడిగితే అది పెట్టాలని తెలియదా? మీ బెంగుళూరులోళ్ళకి" అంది అలక నటిస్తూ.

"ఓకే ఓకే!!" సరెండర్ అయిపోయినట్టు రెండు చేతులు పైకెత్తి, "పిజ్జా ఇట్ ఈజ్ ! అన్నాడు. శ్రుతి వెజిటేరియన్ అనే విషయం అప్పుడే తెలిసింది సాగర్‌కు.

మనకేమో కక్కా ముక్కా లేకుండా ముద్ద దిగదు. ఈ పిల్లేమో పప్పూ ఆవకాయి. ఎలా రా భగవంతుడా! అనుకున్నాడు మనసులో.

"నేను నాన్ వెజ్ ఆర్డర్ చేస్తే నీకేం అభ్యంతరం లేదుగా?" అనడిగాడు సాగర్.

"డోంట్ బీ సిల్లీ. మా ఇంట్లో అందరూ బాగా లాగిస్తారు. నాకు చిన్నప్పటి నుండే నాన్ వెజ్ నచ్చదు. అలా అని ఎవరైనా నా దగ్గర కూర్చొని నాన్ వెజ్ తింటే ముక్కు మూసుకోడాలు, డోక్కోడాలు లాంటివి చెయ్యను. నిజానికి నేను నాన్ వెజ్ బాగా వండుతా గానీ తినను" అని వివరించింది.

హమ్మయ్యా! అనుకున్నాడు.

ఇద్దరికి రెండు రకాల పిజ్జాలు, కోక్ ఆర్డర్ చేశాక, అరవింద్ గురించి కనుక్కుందామని మూర్తికి ఫోన్ చేశాడు,. ఇప్పుడు కాస్త పర్వాలేదు కానీ రికవరీ నెమ్మదిగా ఉండబోతుంది అని చెప్పారంట డాక్టర్. రాహుల్ గ్రూప్‌కు మెసేజ్

చేశాడు, "నిఖిలా వాళ్ళ బాబాయ్ ద్వారా హెల్త్ కమిషనరేట్‌లో ఒక కాంటాక్ట్ దొరికింది, అక్కడికి వెళ్ళి మాట్లాడి అప్డేట్ ఇస్తాను. శిశిర్ కాల్ చేసేసరికి లేట్ అవ్వొచ్చు, అంతవరకు ఆగడం కంటే స్వయంగా వెళ్ళి ప్రయత్నించడం బెటర్" అని.

అప్పటికి దాదాపు 25 అనాథాశ్రమాలకి కాల్ చేశారని, ఎక్కడా శివానీ లేదని, ఇంకా చాలా ఆశ్రమాలకు కాల్ చెయ్యాల్సి ఉందని శ్రుతి చెప్పింది రాహుల్‌కి. సరే, మీరు కాల్స్ చెయ్యండి, మనం తర్వాత మాట్లాడుదాం అని ముగించాడు రాహుల్.

ఈ లోగా పిజ్జాలు వచ్చేసాయి. డైనింగ్ టేబల్ మీద శ్రుతి సామాన్లున్నాయి కాబట్టి ఇద్దరూ సోఫాలో కూర్చుని, పిజ్జాలు తినడం మొదలు పెట్టారు.

"మీ ఇంట్లో ఎవరెవరుంటారు?" అనడిగింది శ్రుతి.

"అమ్మా, నాన్నా, నేనూ" అని సమాధానమిచ్చాడు సాగర్. "మరి మీ ఇంట్లో?" అని ఎదురు ప్రశ్న వేశాడు.

"అమ్మా, నాన్న, నేనూ, తమ్ముడు, కోకో" అంది శ్రుతి.

సాగర్ కోకో ఎవరు అనడిగాడు. శ్రుతి నవ్వుతూ, "మా కుక్క పిల్ల, సీ" అని, తన మొబైల్ లో ఫోటో చూపిస్తూ.

గోల్డెన్ రిట్రీవర్. శ్రుతి వొడిలో కూర్చుంది, శ్రుతి మొహం తప్ప ఏం కనబడటం లేదు, అంత పెద్దగా ఉంది కోకో.

ఫోటోలో శ్రుతి సొట్ట బుగ్గలు చూస్తూ, "వెరీ క్యూట్!" అన్నాడు. కోకోకి కాంప్లిమెంట్ ఇచ్చాడని మురిసిపోయి థాంక్యూ… అని రాగం తీసింది శ్రుతి.

"నీ థాంక్యూ కూడా క్యూటే" అనుకున్నాడు.

పిజ్జాలు తింటూ, మరో 15-20 నిమిషాలు పిచ్చా పాటీ మాట్లాడుకొని, మళ్ళీ కాల్స్ చెయ్యడం మొదలుపెట్టారు.

శ్రుతి కాల్ చేసిన ఒక ఆర్ఫనేజ్‌లో శివానీ అనే పాప ఉంది కాని తన వయసు 12 ఏళ్ళు. సాగర్‌కు కూడా అలాంటి ఫాల్స్ లీడ్ ఒకటి దొరికింది. వయసు, పేరు

సరిపోయాయి కాని, ఫోటో చూస్తే వేరే పాప.

మరో 25-30 కాల్స్ చేసాకా, వాట్సాప్‌లో ఫోటోలు పంచుకున్నాక, చిన్న బ్రేక్ తీసుకుందామనుకున్నారు.

"కాఫీ?" అనడిగాడు. నీకు కాఫీ పెట్టడం వచ్చా అని ఆశ్చర్యపోయింది శ్రుతి. "నేను వంట కూడా బానే చేస్తా" అని నవ్వుతూ కిచెన్‌లోకి వెళ్ళాడు. "ఇంప్రెసివ్!" అంటూ వెనకాలే శ్రుతి కూడా వెళ్ళింది. "సో... క్యాపచినో, బ్లాక్, ఇన్‌స్టెంట్?" శ్రుతిని అడిగాడు తనకు ఏ రకం కాఫీ ఇష్టమో కనుక్కుందామని. "నువ్వేదిచ్చినా ఓకే" అంది కళ్ళు మిటకరిస్తూ, కిచెన్ కౌంటర్ మీద కూర్చుంటూ.

సాగర్ కాఫీకి కావల్సిన సామగ్రీ తీసి కౌంటర్ మీద పెట్టాడు.

శ్రుతి ఖాళీ కాఫీ మగ్ పరికించి చూసి, కౌంటర్ మీద పెట్టేసి అక్కడ స్పూన్స్ ర్యాక్‌లో ఉన్న స్పూన్లు, ఫోర్కులు తీసి చూస్తుంది. ఒకోసారి చెంచాలు తీసిన ర్యాక్‌లో ఫోర్కులు పెట్టేస్తుంది పరధ్యానంగా. అసలే కిచెన్ విషయంలో పట్టింపు ఎక్కువున్న సాగర్‌కి ఇదంతా ఇబ్బందికరంగా ఉంది కానీ ఎలా చెప్పాలో అర్థం కాక కాసేపు తర్జన భర్జన పడ్డాడు.

సరే ఇక ఏదైతే అదయ్యిందని మొహమాటంగా, "శ్రుతి నువ్వేం అనుకోనంటే ఒకటి అడగొచ్చా" అన్నాడు.

"ష్యూర్ సాగర్!" అంది శ్రుతి మళ్ళీ కాఫీ మగ్ చేతిలోకి తీసుకుంటూ. "నువ్విక్కడుంటే నేను కాఫీ మీద ఫోకస్ చెయ్యలేను, ఇఫ్ యూ డోంట్ మైండ్ వెళ్ళి సోఫాలో కూర్చోవా... ప్లీజ్!" అన్నాడు బ్రతిమాలుతూ.

శ్రుతి మొహంలో ఒక్కసారిగా గాంభీర్యం. సాగర్‌ని తీక్షణంగా చూస్తూ "నేనుంటే నీకు ప్రాబ్లమా సాగర్?" అంది మెల్లగా. సాగర్ భయపడి, తడబడి, "లేదు లేదు, ఐ కెన్ మ్యానేజ్" అని అంటుంటే పగలబడి నవ్వింది శ్రుతి. సాగర్‌కు శ్రుతి తనని ఆట పట్టిస్తుందని అప్పటికి అర్థమయ్యింది. "సారీ సాగర్, నువ్వు మరీ ఇంత సాఫ్ట్ అనుకోలేదు, నిన్ను ఆటపట్టిస్తున్నానంతే. నేను లివింగ్ రూంలో కూర్చుంటా", అని నవ్వుతూ వెళ్ళిపోయింది.

సాగర్ ఊపిరి పీల్చుకున్నాడు. తనలో తానే నవ్వుకుంటూ రాహుల్ అంటుంటే ఏమో అనుకున్నా గానీ, నిజంగానే లెజెండ్ శ్రుతి అనుకున్నాడు కాఫీ పెడుతూ.

సాయంత్రం 4:45 అయ్యింది. రెండు మగ్గుల్లో ఇన్‌స్టెంట్ కాఫీ పోసి, సోఫా దగ్గరకు తీసుకొచ్చాడు. కాఫీ అందుకుంటూ థాంక్స్ చెప్పింది శ్రుతి.

"నేను ఇందాక కాల్ చేసిన ఒక అనాథాశ్రమం వార్డెన్, ఒక పాప కోసం ఇది వరకు ఒకరిద్దరు వచ్చి వాకబు చేశారు కానీ ఆ పాప పేరు నాకు తెలియదు అంది. పాప అక్కడ ఒక్క రోజే ఉందంట. మరసటి రోజు వేరే ఆశ్రమానికి పంపించారు కానీ ఎక్కడికి పంపారో తెలియదు అంటుంది ఆవిడ. ఫోటో చూపిస్తే గుర్తుపట్టగలరా అంటే, అంత కచ్చితంగా చెప్పలేను అంటుంది. వెళ్ళి కలుద్దామంటావా సాగర్?", అని అడిగింది శ్రుతి.

"వై నాట్? రోజంతా ఇక్కడే ఉన్నాం, మనకి కూడా కాస్త బ్రేక్‌లా ఉంటుంది" అన్నాడు సాగర్.

"సరే, నేను ఫ్రెష్ అయ్యి వస్తాను", అని, తాగేసిన కాఫీ కప్ కిచెన్లో పెట్టబోతుంటే, పర్వాలేదు, నేను పెడతాను అని సాగర్ వారిస్తున్నా, సింక్‌లో కడిగేసి, కౌంటర్ పై మగ్ బోర్లించి, "చిటికెలో వస్తా" అని వెళ్ళిపోయింది శ్రుతి.

సాగర్ కూడా ఫ్రెష్ అయ్యి, అమ్మకు ఫోన్ చేశాడు. ఐదు నిమిషాలు మాట్లాడేసి కాల్ ముగిస్తుండగా డోర్ బెల్ మోగింది. తలుపు తీస్తే, ఎదురుగా ఆఫ్ వైట్ ఖద్దర్ కుర్తా, తెలుపు సల్వార్, మెడలో సన్నటి చెయిన్, చెవులకు మ్యాచింగ్ దుద్దులు, చేతికి వాచ్‌తో శ్రుతి సాదా సీదాగా కనిపిస్తున్నా అందులోనే ఏదో స్పార్క్ కనిపించింది సాగర్‌కు. వెళ్దామా అంది?

సాగర్ ఇంటికి తాళం వేసి, లెట్స్ గో! అన్నాడు.

కార్లో డ్రైవింగ్ సీట్లో కూర్చున్నాక గాని గుర్తురాలేదు శ్రుతి తన పక్కన కూర్చోబోతుందని. శ్రుతి కార్ డోర్ తీసుకొని వచ్చి తన పక్కన కూర్చుంది. తన పర్ఫ్యూమ్‌ని ఇంత దగ్గరగా దాన్ని ఆస్వాదించడం ఇదే మొదటిసారి.

కాసేపు గుండె వేగాన్ని అదుపులోకి తెచ్చుకోడానికి ప్రయత్నించాడు. కార్

స్టార్ట్ చేశాడు. స్టీరింగ్ మీద చేతులున్నాయి, కానీ డ్రైవ్ చెయ్యటం లేదు. శ్రుతి కాస్త కన్ఫ్యూజ్ అయ్యింది. "ఏమైంది సాగర్" అనడిగింది. నథింగ్ అని ఎట్టకేలకు కార్ కదిలించాడు.

***

8

జీపీఎస్ పుణ్యమా అని శ్రుతి చెప్పిన అనాథాశ్రమానికి త్వరగానే చేరుకున్నారు. అక్కడ వార్డెన్ మాలతి వాళ్ళని తన ఆఫీసులోకి తీసుకెళ్ళింది. ఒక చిన్న పాపని పిలిచి, సుబ్బా రావు గారు వస్తే గేట్ దగ్గర ఉండగానే నాకు వచ్చి చెప్పాలి అని చెప్పి పంపించింది.

మాలతిని మొదటిసారి చూస్తున్నా ఆమె మొహంలో భయం స్పష్టంగా కనబడుతుంది ఇద్దరికి.

శ్రుతి "శివానీ గురించి ఏమైనా తెలిసిందా?" అనడిగింది.

"ఎలా చెప్పాలో తెలియడం లేదు"

ఈ సారి సాగర్, "మీకేం భయం లేదు, చెప్పండి ప్లీజ్!", అన్నాడు.

"ఈ విషయం నేను మీకు చెప్పినట్టు ఎవరికి చెప్పకండి. నాకు ఇద్దరు చిన్న పిల్లలు. భర్త వదిలేసి 6 సంవత్సరాలౌతుంది, నా బిడ్డలకి నేను తప్ప ఎవరూ లేరు" అని కళ్ళల్లో నీళ్ళు తిప్పుకుంది. శ్రుతి, సాగర్ ఒకరి మొహాలు ఒకరు చూసుకున్నారు, ఇదేదో సీరియస్ విషయంలా ఉందని. శ్రుతి మళ్ళీ ధైర్యం చెప్పి, తన పేరు ఎట్టి పరిస్థితుల్లో బయటకు రాదని హామీ ఇచ్చింది.

అప్పుడు చెప్పింది మాలతి. "ఇది వేరే ఎక్కడైనా జరుగుతుందో లేదో తెలియదు గానీ, ఈ ఆశ్రమంలో రెండుసార్లు జరిగింది. ఈ అనాథాశ్రమం ట్రస్టీ సుబ్బారావుకి ఒక తాంత్రికుడు స్నేహితుడు. రెండేళ్ళ క్రితం, నేను కొత్తగా పనిలో

చేరినప్పుడు, నాకంటే ముందు పనిచేసిన వార్డెన్, తాంత్రికుడు వచ్చినప్పుడు పిల్లలు జాగ్రత్త అని చెప్పి వెళ్ళిపోయింది. నాకు అర్థం కాలేదు" అని నుదుటన చెమట తుడుచుకుంది.

"అక్కడికి కొన్నాళ్ళకు ఊరి చివర నరబలి జరిగినట్టు వార్త వచ్చింది. చనిపోయిన పాప ఈ అనాథాశ్రమంలో ఉండేది" అని చెప్పగానే శ్రుతి సాగర్‌లకి మతి పోయినంత పనైంది.

ఒక్క నిమిషం ఎవ్వరూ ఏం మాట్లాడలేదు. "ఈ మధ్య ఒక పాప కోసం ఎవరో వచ్చి అడిగారన్నారు కదా?" అడిగాడు సాగర్.

"ఎవరో కాదండి, ఆ తాంత్రికుడి మనుషులే".

ఇద్దరికీ గుండె ఝల్లు మంది. శ్రుతి తన ఫోన్‌లో శివానీ ఫోటో చూపిస్తూ, ఈ పాపేనా అనడిగింది, శివానీ కాకూడదని మనసులో కోరుకుంటూ.

మాలతి కాసేపు ఆ ఫోటో చూసి, కాదనిపిస్తుంది అంది.

ఇద్దరూ ఊపిరి పీల్చుకున్నారు.

"కానీ ఆ పాప సంగతి ఇంకా తెలియలేదు. నాకు వార్తలు చూడాలంటే భయంగా ఉంది".

"ఆ పాప ఫోటో, పేరు, ఏమైనా వివరాలు తెలుసా?" సాగర్ అడిగాడు.

"పేరంటే..." అని కాసేపు ఆగి, "గతంలో నరబలి సంఘటనలో చనిపోయిన పాప ఇదే అనాథాశ్రమంలో ఉండేది కాబట్టి, ఈసారి మళ్ళీ ఇక్కడి పేరే వార్తల్లోకి వస్తే మేనేజ్మెంట్ కు ఇబ్బంది కావచ్చని, ఆ పాపని వేరే చోటుకి పంపించారని నేను విన్నాను. ఆ పాప ఇక్కడకు వచ్చిన రోజు నేను సెలవులో ఉన్నాను. పాపని చేర్పించడానికి వచ్చినవారిని నా అసిస్టెంట్ పాప వివరాల కోసం అడిగింది. సుబ్బారావు నేను చూసుకుంటా, ఇవాళ్టికి ఫార్మాలిటీస్ పూర్తి కాకపోయినా పాపని ఇక్కడే ఉంచండి అని చెప్పి వెళ్ళిపోయారట. పాప పేరు అడిగితే చిన్నీ అని చెప్పిందట, కానీ అది ముద్దు పేరై ఉంటుంది".

అవునన్నట్టు శ్రుతి సాగర్ తలూపారు.

"మరి ఫోటో?" అని మళ్ళీ గుర్తు చేశాడు సాగర్.

"చిన్నీ వచ్చిన రోజు ఇక్కడ కుక్ కొత్త ఫోన్ కొనుక్కుందని పిల్లలతో కొన్ని సెల్ఫీలు తీసుకుందట. ఆ ఫోటోల్లో చిన్నీ ఉందని చెప్పింది. ఆ ఫోటోలు పంపమని అడిగాను. రాత్రికి పంపిస్తుంది. మీకు నేను ఫార్వర్డ్ చేస్తా"

"మరి మీరు ఆ పాప శివానీ కాదని ఎలా చెప్పారు. చిన్నీని చూడకుండా?" శ్రుతికి సందేహం వచ్చింది.

"మీరు చెప్పిన పాప 7-8 ఏళ్ళంటున్నారు, ఈ పాప ఇంకా చిన్నది, ఐదారేళ్ళుంటాయి. పైగా చిన్నీ గురించి చెప్తూ, తనకి తెలుగు సరిగ్గా రాదని చెప్పింది నా అసిస్టెంట్. మీరు వెతుకుతున్న పాప తెలుగు కదా?" అనడిగింది. అవునన్నట్టు తలూపింది శ్రుతి.

"ఇలా ఒక అనాథశ్రమం నుండి మరోక అనాథాశ్రమానికి పంపిస్తూ ఉంటారా పిల్లల్ని?" సాగర్ అడిగాడు మాలతిని.

"అరుదుగా జరుగుతుంది. ఒక్కోసారి పిల్లలు ఎక్కువ అయితేనో, పై అధికారులు ఆర్ఫనేజ్ నుండి స్టేట్ హోంకు పంపాలన్న ఆర్డర్ వేసినప్పుడో, లేదా ఏదైనా స్పెషల్ కేస్ అయితేనో అలా పంపిస్తారు. అది కూడా అఫిషియల్‌గా చేస్తేనే. దానికి సంబంధించిన పేపర్ వర్కుంటుంది. చిన్నీలా ఎలాంటి ఇన్ఫర్మేషన్ లేకుండా పంపించిన సందర్భాల్లో ఆ వివరాలుండవు" అని వివరించింది మాలతి.

"అంటే అఫిషియల్‌గా చిన్నీ ఇక్కడికి అసలు రాలేదు" అంది శ్రుతి.

అవునన్నట్టుగా తలూపింది మాలతి.

"మరి చిన్నీ ఎక్కడుందో కనుక్కోవడం ఎలా?" అడిగాడు సాగర్.

కాసేపు ఆలోచించి, "సిటీలో ఉన్న కొన్ని అన్నథాశ్రమాల్లో వార్డెన్లు నాకు పరిచయమున్నారు. వాళ్ళలో కొంతమందికి అడిగి చూశాను. ఎక్కడా దొరకలేదు. మరో ముగ్గురున్నారు. వాళ్ళకి కూడా కాల్ చేసి చూస్తాను" అని చెప్పింది.

“ఏమైనా తెలిస్తే నాకు కాల్ చెయ్యండి” అని శ్రుతి తన నంబర్, పేరు ఒక కాగితం మీద రాసిచ్చింది.

“తప్పకుండా. శివానీ అనే పేరు విన్నట్టు గుర్తులేదు కానీ తన గురించి కూడా కనుక్కుంటాను”

ఆ రోజు సాగర్, శ్రుతి కాల్ చేసిన అనాథాశ్రమాల గురించి మాలతికి చెప్పారు.

“మంచి ఆలోచనే. మరి దత్తత తీసుకున్న పిల్లల గురించి కనుక్కున్నారా”, అనడిగింది శ్రుతిని.

“ప్రతి ఆశ్రమానికి కాల్ చేసినప్పుడు, గత మూడు నెలల్లో అక్కడ ఉన్న పిల్లల్లో గానీ దత్తత తీసుకోబడ్డ పిల్లల్లో గానీ శివానీ ఉందేమో అని కనుక్కున్నాం” అని శ్రుతి చెప్పింది.

“శివానీ ఫోటోని నాకు వాట్సాప్ చేస్తారా”

ష్యూర్ అని శ్రుతి వెంటనే మాలతి నంబర్‌కు ఫోటో పంపించింది.

“సిటీలో నాకు తెలిసిన ఒక సోషల్ యాక్టివిస్ట్ ఉన్నారు. ఆవిడకి మిమ్మల్ని పరిచయం చేస్తాను. నాకు ఉద్యోగం, పిల్లలతో సరిపోతుంది. పని కట్టుకొని చిన్నీ, శివానీ కోసం వెతకలేను గానీ మీరు ప్రయత్నం చేస్తున్నారు గనక, నాకు చేతనైన సాయం చేస్తాను”. అంటూ తన మొబైల్‌లో ఎవరిదో కాంటాక్ట్ నంబర్ వెతుకుతుండగా, ఒక పాప పరుగు పరుగున వచ్చి, సుబ్బారావు వచ్చాడని చెప్పింది.

మాలతి ఒక్క ఉదుటన కుర్చీలోంచి లేచి, మీరు తక్షణం బయలుదేరాలి అని ఆఫీసు వెనక వైపునున్న తలుపులోంచి బయటకు పంపిస్తూ, మీకు ఫోన్‌లో టచ్‌లో ఉంటానని తలుపు వేసేసింది.

అప్పటికి చీకటి పడింది. సాగర్ ఫోన్‌లో టార్చ్ లైట్‌తో చుట్టూ చూశాడు. ఆశ్రమం వెనక ఖాళీ స్థలముంది. ఎడమ వైపు కాస్త దూరంలో వీధి దీపముంది. కుడి వైపు చిన్న కచ్చా రోడ్ ఉంది.

"ఇలా ముందుకు వెళ్తే బహుశా మెయిన్ రోడ్ వైపుకి వెళ్తామేమో, పద చూద్దాం" అన్నాడు సాగర్. శ్రుతి సాగర్ వెనక అడుగులు వేస్తూ నడుస్తుంది. ఐదారు అడుగులు వేసేసరికి ఎక్కడినుంచో ఒక పెద్ద చప్పుడు వినబడింది. శ్రుతి భయపడి సాగర్ చేతికి పట్టుకుంది, ఏంటా శబ్దమని. ఏమో అన్నాడు సాగర్. శ్రుతి చేతిని పట్టుకొని నడుస్తూ ఈ టర్నింగ్ నుండి మన కార్ కనిపించవచ్చున్నాడు. అనుకున్నట్టే మలుపు దగ్గర నుండి కుడి వైపుకు చూస్తే సాగర్ కార్ ఉంది. కాని దాని పక్కనే మరో కారుంది. ఆ కార్ సుబ్బారావుదేమో అంది శ్రుతి. అవునన్నట్టు తలూపాడు సాగర్.

"ఇప్పుడెలా? మనం కార్ దగ్గరకు చేరే లోగా అతనొచ్చేస్తే?" అంది శ్రుతి.

"మనం అనాథాశ్రమానికి వచ్చినట్టు తనకు తెలియదు కదా. మనం వెళ్ళాల్సిన చోటుకి అడ్రసు సరిగ్గా తెలియక కార్ దిగి ఎవరినైనా అడగడానికి వెళ్ళామని చెప్దాం" అని ఒకవేళ సుబ్బారావు ఎదురుపడి ఎవరూ ఏంటని వాళ్ళని అడిగితే చెప్పేందుకు తన ఫోన్లో అక్కడికి దగ్గరలో ఏవో రెండు మూడు అపార్ట్మెంట్లు, షాపుల పేర్లు చూసి గుర్తుపెట్టుకున్నాడు.

మెల్లగా కార్ వైపుకి నడిచారు. మెయిన్ రోడ్ మీద అడపాదడపా వాహనాలు వెళ్తున్నాయి. కార్ దగ్గరకు చేరాక ఒకసారి అనాథాశ్రమం వైపు చూసింది శ్రుతి, సాగర్ ఒక్క సెకను కూడా వ్యర్థం చెయ్యకుండా వెంటనే డ్రైవింగ్ సీట్లో కూర్చొని, బండి స్టార్ట్ చేశాడు. శ్రుతి గబగబా వచ్చి పక్కన కూర్చుంది. అక్కడ నుండి త్వరగా బయటపడాలని సాగర్ కార్ ని వేగంగా పోనిచ్చాడు.

"ఇక్కడ నుండి క్లియర్‌గా కనబడటం లేదుకానీ మాలతి ఎవరితోనో వాదిస్తున్నట్టుంది. చేతులు తిప్పుతూ, గట్టిగా మాట్లాడుతుంది కాని స్పష్టంగా వినబడటం లేదు", అంది శ్రుతి సీట్ బెల్ట్ పెట్టుకుంటూ.

"సుబ్బారావు గురించి వివరాలు కనుక్కొనే అవకాశముంటే బాగుండేది".

"మనం కూడా ప్రైవేట్ డిటెక్టివ్..." శ్రుతి తన మాట పూర్తి చేసేలోపల తనకి ఒక కాల్ వచ్చింది.

కాల్ రిసీవ్ చేసుకొని,

“హలో! సావిత్రి గారా? చెప్పండి.”

సావిత్రి పేరు వినగానే శ్రుతి వైపు చూశాడు సాగర్.

“అవునా? ఎప్పుడు చేశారు?

అతని నంబర్ నాకు పంపిస్తారా?

నంబర్ లేదా? పోనీ ఎక్కడ ఉంటారో తెలుసా?

సరే, నేను వచ్చి అడ్రస్ తీసుకుంటా మీ ఆయన ఇంటికి వచ్చాక.

థాంక్స్ అండి. ఉంటాను”, అని కాల్ కట్ చేసింది.

ఏమైంది అని ఆతృతగా అడిగాడు.

“శివానీ వాళ్ళ బాబాయితో పాటు సిమెంట్ ఫ్యాక్టరీలో పని చేసే నాగరాజు, అతన్ని కొన్ని రోజుల కిందట హోసూర్ బస్ స్టాప్‌లో చూశాడంట. నాగరాజు సావిత్రి వాళ్ళాయనకు స్నేహితుడు. గత నెల సిటీలో వేరే చోట పని చూసుకొని ఫ్యాక్టరీలో పని మానేశాడంట. ఇందాక బస్తీలో సావిత్రి వాళ్ళాయానను కలవడానికి వచ్చి, మాటల మీద శివానీ బాబాయి గురించి చెప్పాడంట. నాగరాజు మొబైల్ పోయిందట, కానీ బస్తీలో ఎక్కడుంటాడో సావిత్రి వాళ్ళాయన చూపిస్తానన్నడు. మనం మళ్ళీ బస్తీకి వెళ్ళాలి” అన్నది.

“ష్యూర్, డైరెక్ట్‌గా బస్తీకే వెళ్దాం” అన్నాడు.

శ్రుతి తన మొబైల్‌లో వాట్సాప్ చూస్తూ, “రాహుల్ హెల్త్ కమిషనరేట్‌లో కాంటాక్ట్‌తో మాట్లాడాడట, వీలైనంత వరకు ఇన్ఫర్మేషన్ ఇస్తాం కానీ వాళ్ళ రికార్డుల్లో లేని చావులు కూడా ఉంటాయి అని వార్న్ చేశారంట” అని చెప్పింది.

“నాకైతే శివానీ బతికే ఉందన్న నమ్మకముంది” అన్నాడు సాగర్.

సాగర్ వైపు తిరిగి, “నాక్కూడా” అంది శ్రుతి.

“కానీ రాహుల్‌కి అలా చెప్పామంటే, తంతాడు” అని మళ్ళీ తనే అనగానే, సాగర్ నవ్వేసి, “పాపం రోజంతా తిరుగుతూనే ఉన్నాడు, రేపు తనకి రెస్ట్ ఇద్దాం” అన్నాడు.

దానికి శ్రుతి, "వాడికి కావల్సిందే అది, మహా బద్ధకిష్టు. టైం దొరికితే నిద్ర నిద్ర నిద్ర. ప్రపంచం తలక్రిందులైపోయినా వాడికి నిద్రాభంగం కాకూడదు".

"ఓహ్! అందుకే నిన్న నా ఫ్లాట్‌కు వచ్చి నిద్రపోయాడన్నమాట.

"హ హ హ! అవును. చైత్ర వాళ్ళ పాప రాత్రంతా అందరి చేతా జాగారం చేయించి, పగలంతా నిద్రపోతుంది" అంది శ్రుతి.

"మరి నీకు నిద్రపట్టిందా?" అనడిగాడు సాగర్.

సాగర్ వైపు చూసి, నవ్వి, "నిద్ర లేకపోయినా పర్వాలేదు. ఐ లవ్ కిడ్స్" అంది. సాగర్, "ఓహ్! ఐ ఆం గుడ్ విత్ కిడ్స్ టూ" అన్నాడు శ్రుతి వైపు చూస్తూ. ఒక్క క్షణం సాగర్ కళ్ళల్లోకి చూసి, చప్పున తల తిప్పేసింది శ్రుతి.

ఒక్కోసారి ఇద్దరి మధ్య మౌనం ఎంత ఇంటిమేట్‌గా ఉంటుందంటే, అది ఆ క్షణంలోని అనుభూతి మాటల్లో చెప్పలేకపోవడమే ఆ క్షణానికి అందం.

అలాంటి మౌనం ఇప్పుడు సాగర్ కార్‌లో రాజ్యమేలుతుంది. ఏమైనా మాట్లాడితే ఆ అందం కలలా కరిగిపోతుందేమోనన్న భయంతో ఇద్దరూ మౌనంగానే ఉన్నారు కాసేపు.

ఇద్దరి నడుమ మౌనాన్ని ఛేదిస్తూ, శ్రుతి ఫోన్‌కి కాల్ వచ్చింది.

కాల్ రిసీవ్ చేసుకొని, "హలో హేమంత్" అంది శ్రుతి

"ఓహ్ దట్స్ గ్రేట్, ఎప్పుడు?

మామయ్యకు ఎలా ఉంది?

సరే. బై!", అని కాల్ డిస్కనెక్ట్ చేసింది.

సాగర్ తో, "శిశిర్ ఎల్లుండి చేరబోతున్నాడట" చెప్పింది శ్రుతి.

"ఓహ్ నైస్!" అన్నాడు సాగర్.

"ఓల్డ్ మ్యాన్ ఎలా ఉన్నారు?", అని అడిగాడు.

"రికవరీ బానే ఉంది, బహుశా త్వరలో డిస్చార్జ్ చేస్తారేమో అంటున్నాడు. రాహుల్ కాసేపట్లో ఫ్లాట్‌కి రాబోతున్నాడు. మనం బస్తీ పని ముగించుకొని

రాత్రికి ఒకసారి కలిసి డిస్కస్ చేద్దాం. ఇవాళ ఏమేం చేశామో, రేపు ఏం చేయాలో" అంది.

మాటల్లో బస్తీకి చేరుకున్నారు.

ఇద్దరూ కార్ దిగారు. బస్తీ అంతా చీకటి అలుముకుని ఉంది. మిణుకు మిణుకుమంటూ అక్కడక్కడ వీధి దీపాలు వెలుగుతున్నాయి. పొద్దున్నంటే సులువుగా కనిపెట్టగలిగారు గానీ చీకట్లో కొళాయి, సావిత్రి ఇల్లు కనుక్కోవడం కష్టంగా ఉంది. "నేను సావిత్రికి కాల్ చేసి అడుగుతా ఎలా రావాలని" అని సావిత్రికి కాల్ చేసింది శ్రుతి.

"హలో సావిత్రి గారా?

మేము బస్తీకి చేరుకున్నాం కానీ మీ ఇంటికి ఎలా రావాలో దారి తెలియడం లేదు.

హలో! చెప్పండి

ఓహ్, అలా అంటారా? మేము అపార్ట్‌మెంట్ గేట్ వైపు నుండి వచ్చాము.

సరే మేము ఇక్కడే వెయిట్ చేస్తాం" అని కాల్ డిస్కనెక్ట్ చేసింది.

"సావిత్రి వాళ్ళాయన నాగరాజు దగ్గరికి డైరెక్ట్‌గా తీసుకెళ్తాను. మనల్ని ఇక్కడే వెయిట్ చెయ్యమన్నారు".

"కూల్!"

ఇంతలో ఎక్కడి నుండో ఓ కుక్క వాళ్ళ వైపు, శ్రుతికి దగ్గరగా వస్తుంటే భయపడి సాగర్ వైపుకు జరిగింది.

సాగర్‌కు నవ్వొచ్చింది. "లెజెండ్ శ్రుతికి కుక్కలంటే భయమా?" అని వెక్కిరించాడు. సాగర్ వైపు చురచురా చూసి "కోకో సంగతి మర్చిపోయావా?", అంది కోపంగా. "ఓహో! అలా అయితే వీధి కుక్కలంటే భయమన్నమాట. సరే నీకో టిప్ చెప్తా. ఎప్పుడైనా ఏదైనా వీధి కుక్క దగ్గరకు వస్తున్నప్పుడు భయంగా ఉంటే, కుక్క కళ్ళల్లోకి చూడాకుండా, ఇలా వంగి, నేల మీద నుండి రాయి తీస్తున్నట్టు నటిస్తూ, కాలితో గట్టిగా కొట్టి చప్పుడు చేస్తే కుక్క పారిపోతుంది"

అని చేసి చూపించాడు. కుక్క నిజంగానే పారిపోయింది. శ్రుతి ఆశ్చర్యపోయి, "వావ్! భలే ఉందే ఈ టిప్. థాంక్స్ సాగర్" అంది సంతోషంగా, సాగర్‌కు కొంచెం దూరంగా జరుగుతూ.

ఇంతలో ఫోన్‌లో టార్చ్ ఆన్ చేసుకుంటూ ఎవరో వచ్చారు వాళ్ళ దగ్గరకు.

"మీరు..?" అని సంశయించాడు ఆ వచ్చిన మనిషి.

సాగర్, "మేము శివానీ కోసం చూస్తున్నామండి. మీరు సావిత్రి గారి భర్తా?" అనడిగాడు.

"అవును బాబు. నా పేరు రాములు. నాగరాజు దగ్గరికి తీసుకెళ్తాను పదండి", అన్నాడు వెనక్కు తిరిగి వచ్చిన దారినే నడుస్తూ. రాములు, శ్రుతి, సాగర్ ఒక వరసలో నడుస్తున్నారు. కాసేపు నడిచాకా, రెండు మూడు సందులు తిరిగాకా, చిన్న పెంకుటింటి దగ్గర ఆగాడు రాములు. ఇంటి తలుపు తీసే ఉంది. ఇంట్లో లో వోల్టేజ్‌లో ఒక బల్బ్ వెలుగుతుంది. ఒక టేబల్ ఫ్యాన్ గట్టిగా చప్పుడు చేసుకుంటూ తిరిగుతుంది.

"ఒరేయ్ నాగరాజూ? నాగరాజూ!" అంటూ గట్టిగా పిలిచాడు రాములు.

"ఎవరూ, రాములా?" అంటూ ఒక మనిషి బయటకు వచ్చాడు.

"అవున్రా. ఇందాక చెప్పా కదా. ఆ పాప కోసం వెతుకుతున్నారని. వీళ్ళే" అని శ్రుతి, సాగర్‌లను చూపించాడు.

ముగ్గురినీ లోపలకి రమ్మన్నాడు నాగరాజు.

"కూర్చోడానికి కుర్చీలు గట్రా ఏం లేవు. ఏమనుకోకండి, వేరే చోట పనిలో చేరినప్పుడు సామానంతా అక్కడికే తీసుకెళ్ళిపోయాను" అన్నాడు సిగ్గుపడుతూ.

"పర్వాలేదండి, మీతో మాట్లాడేసి బయలుదేరిపోతాం" అన్నాడు సాగర్.

"మొన్న శంకర్‌ని చూసానన్నావ్ కదరా?" అని మాటందించాడు రాములు.

శ్రుతి, సాగర్ల వైపు చూసి "శంకర్ శివానీ వాళ్ళ బాబాయండీ"

"అవునండీ. హోసూరు బస్టాపులో చూసాను. ఒక్కడే ఉన్నాడు. వెళ్ళి పలకరించాను. వాడు బస్తీ వదిలివెళ్ళిపోయినట్టు నాకు తెలియదు. ఊరికి

పోతున్నావా అని అడిగితే, నన్ను చూసి ముందు కంగారు పడ్డాడు. నీతో ఇంకెవరైనా ఉన్నారా అనడిగాడు.

నాకు వింతగా అనిపించింది. లేదు పని మీద ఒక్కడినే వచ్చాను అన్నాను. ఏం మాట్లాడలేదు. ఇంతకీ నువ్వేం చేస్తున్నావ్ ఇక్కడా? ఊరెళ్తున్నావా అని మళ్ళీ అడిగాను.

కాసేపు ఆలోచించి, కృష్ణగిరిలో గ్రానైట్ ఫ్యాక్టరీలో పనికి చేరాడని చెప్పాడు. మరి పెళ్ళాం పిల్లలు ఎక్కడున్నారని అడిగితే, కంగారుపడి, బస్సొచ్చిందని పరుగు పరుగున వెళ్ళిపోయాడండి" అని జరిగింది చెప్పాడు నాగరాజు.

"శంకర్ ఫోన్ నంబర్ ఉందా?" సాగర్ అడిగాడు.

"పాత నంబరు సిచ్చాఫ్ వస్తుంది. కొత్త నంబరు తీసుకున్నాడేమో. ఆ నంబరు లేదండి"

"ఇక్కడ శంకర్, సరోజా బంధువులు ఎవరైనా ఉన్నారా? ఎక్కడున్నారో వాళ్ళకు తెలుస్తుంది కదా!" శ్రుతి అడిగింది.

"వాళ్ళ తరపు వాళ్ళంతా ఆంధ్రాలోనే ఉంటారండీ. పని కోసం పొట్ట చేత బట్టుకొని శివానీ వాళ్ళ నాన్న, శంకర్ ఇద్దరే ఇక్కడికి వచ్చారు. ఆ బంధువులు ఎవరో, ఎక్కడుంటరో వివరాలేం తెలియవండి", అన్నాడు రాములు.

శ్రుతి సాగర్లు ఒకరి మొహాలు ఒకరు చూసుకున్నారు. ఇంతకన్నా ఇన్ఫర్మేషన్ ఇక్కడ దొరకదని నిర్ధారణ చేసుకున్నారు మౌనంగా.

"సరేనండి. ఈ వివరాలు మాకు పనికిరావచ్చు. ఇంకేమైనా తెలిస్తే మాకు ఫోన్ చెయ్యండి" అని సాగర్ తన నంబర్ నాగరాజుకి చెప్పాడు, నాగరాజు తన ఫోన్‌లో సాగర్ నంబర్ సేవ్ చేసుకొని, సరే బాబు అన్నాడు.

"వస్తామండి. థాంక్స్!" అని శ్రుతి ఇంటి బయటకు నడిచింది, సాగర్ కూడా వీడ్కోలు పలికి బయటకువచ్చాడు. రాములు వచ్చి, "పదండి బాబు, మీకు దారి తెలియదు కదా. గేట్ వరకు వస్తాను" అని వాళ్ళకు రెండడుగులు ముందు నడిచాడు.

"శంకర్ శివానీని వదిలించుకుంటాడని అనుకుంటున్నారా?" అని శ్రుతి రాముల్ని అడిగింది. అందుకు రాములు "వాడిది మంచి మనసమ్మా.. అలాంటి పని చెయ్యడు. కానీ సరోజతో రోజూ తగువులే వాడికి. ఆ మహాతల్లి ఎవ్వరినీ సుఖంగా ఉండనివ్వదు. ఒకసారి కత్తిపీటతో తనే భుజం మీద గంటు పెట్టుకొని, తనని చంపాలని చూసాడని వాడిమీద కంప్లైంట్ ఇచ్చింది. మూడ్నాలుగు రోజులు స్టేషన్‌లో ఉంచుకొని, మళ్ళీ అలా చెయ్యనని వాడిచేత కాయితం రాయించుకుని, కంప్లైంట్ వెనక్కి తీసుకున్నాక బయటకు వచ్చాడు.

అప్పటి నుండి వాడికి సరోజంటే భయం. తన మాటే నెగ్గాలని పంతం సరోజది. అదే మా భయమమ్మా. పంతానికి పోయి ఆ చిన్న పిల్లని ఏం చేసిందో ఆ రాక్షసి" అంటూ బాధ పడ్డాడు రాములు. "బంగారం లాంటి బిడ్డ. మీకు తను దొరకాలని కోరుకుంటున్నాను.

ఇదిగో బాబు, గేట్ దగ్గరకు వచ్చేసాం." అన్నాడు. సాగర్, శ్రుతి థాంక్స్ చెప్పి కార్ దగ్గరకు వచ్చారు.

***

9

రాత్రి 9:30 దాటింది. అప్పటికి రాహుల్ రెండు సార్లు మెసేజ్ చేశాడు గ్రూప్‌లో, మీరెక్కడున్నారు అని. కార్లో కూర్చున్నాక సాగర్ బండిని అపార్ట్‌మెంట్ వైపుకి పోనిస్తుంటే “ఐదు నిమిషాల్లో ఫ్లాట్‌కు చేరుకుంటాం” అని రిప్లయ్ ఇచ్చింది.

లిఫ్ట్ పదవ అంతస్తుకి చేరాక, శ్రుతి “ఇందాక అనుకున్నట్టు, రాత్రికి ఒకసారి రాహుల్తో పాటు కూర్చొని డిస్కస్ చేద్దాం అంది”. డన్! అని సాగర్ అన్నాక, సరే అని తన ఫ్లాట్ కు వెళ్ళిపోయింది.

సాగర్ తన ఫ్లాట్‌లోకి వచ్చి, ఎక్కడ పెట్టాల్సిన సామాన్లు అక్కడ పెట్టేసి, స్నానం చేసి వచ్చేసరికి మొబైల్‌లో శ్రుతి నుండి ఒక మిస్డ్ కాల్ ఉంది. ఇంతలోనే మిస్స్ అవుతున్నావా? అని నవ్వుకున్నాడు. కాల్ బ్యాక్ చేశాడు. రాహుల్ కాల్ రిసీవ్ చేసుకొని శ్రుతి స్నానానికి వెళ్ళింది, నువ్వు డిన్నర్‌కు ఇక్కడికి వచ్చేయ్ అని చెప్పి కాల్ ముగించాడు.

సుబ్బయ్య చేతివంట తిని చాన్నాళ్ళైంది అనుకున్నాడు, గతంలో అరవింద్‌తో కలిసి చేసిన డిన్నర్ గుర్తు చేసుకుంటూ. అమ్మకు కాల్ చేసి, అమ్మా నాన్నలతో 10 నిమిషాలు మాట్లాడి, వార్డ్ రోబ్‌లో నుండి క్యాజువల్ ప్యాంట్, మెరూన్ రంగు ప్లెయిన్ టీ షర్ట్ తీసి వేసుకున్నాడు.

అద్దంలో చూసుకుంటూ, తల దువ్వుకుంటూ “నా జుట్టు నీ చేతిలో ఉందన్న సంగతి నీక్కూడా తెలియదు కదా శ్రుతి” అనుకొని నవ్వుకున్నాడు. మొబైల్ చేతబట్టుకొని అరవింద్ ఫ్లాట్ డోర్ బెల్ నొక్కాడు.

రాహుల్ తలుపు తీసి, సాగర్‌ని లోపలికి రమ్మన్నాడు. చైత్రని పరిచయం చేశాడు. సాగర్ పాప గురించి అడిగితే నిద్రపోతుంది అని చెప్పింది చైత్రా. “ఓహ్ నైస్! ఇవ్వాళ బానే నిద్రపోతుందన్నమాట” అని సాగర్ అనగానే, “నిద్రపోవడమైంది. మేడమ్ గారు ఇప్పుడు నిద్రలేస్తారు” అంది శ్రుతి, తడి తల తుడుచుకుంటూ లివింగ్ రూంలోకి వస్తూ. వదులుగా ఉన్న లేత పసుపు రంగు సల్వర్ కుర్తా వేసుకొని, ఒంటి మీద ఒక్క నగ కూడా లేకున్నా సహజమైన అందం ఉట్టి పడుతుంది తనలో. ఆమెనలా చూసేసరికి నోట మాట రాలేదు సాగర్‌కు, ఇంతలోగా రాహుల్ ఆపద్బాంధవుడిలా “డూడ్! సిగ్గు లేకుండా చెప్పేస్తున్నా. ఇవాళ రాత్రి కూడా నీ ఇంట్లోనే నా పడక, నువ్వు తిట్టుకున్నా పర్వాలేదు. చైత్రా కూతురి కచ్చేరి వినే ఓపిక నాకు లేదు” అని చైత్ర వైపు తిరిగి చేతులెత్తి దండం పెట్టేశాడు.

సాగర్ నవ్వేసి “యూ ఆర్ ఆల్వేజ్ వెల్కమ్” అన్నాడు.

“వీడు చిన్నప్పుడు నా కూతురి కంటే ఎక్కువ అల్లరి చేశాడు. ఎన్నెన్ని వేషాలేశాడు, ఎన్నెన్ని చెరువుల నీళ్ళు తాగించాడు ఇంట్లో వాళ్ళకి. వీడి చిట్టా విప్పితే గుక్క తిప్పుకోకుండా ఏడుస్తాడు వెధవ. నువ్వు సెవెన్త్ క్లాస్‌లో ఉండగా మీ క్లాస్‌లో అమ్మాయికి లవ్ లెటర్‌తో పాటు వంకాయిచ్చిన కథ చెప్పమంటావా రాహుల్?” అంది చైత్ర రాహుల్ వైపు చూసి కన్ను గీటుతూ.

“వంకాయా?” ఆశ్చర్యం, ఉత్సుకత కలగలసిన గొంతుతో అడిగాడు సాగర్.

ఆ విషయం గుర్తొచ్చి శ్రుతి కూడా నవ్వుతూ, “అవునవును, ఫ్రెష్‌గా ఇంటి తోటలో కోసిన వంకాయ. మరి ఆ వంకాయతో ఆ పిల్ల వేపుడే చేసుకుందో, పులుసే పెట్టుకుందో తెలిసే అదృష్టం లేకపోయింది. ఎందుకంటే ఆ తర్వాత వీడితో మాట్లాడలేదు ఆ పంకజాక్షి!”అంది. చైత్రా, సాగర్ ఇద్దరూ పగలబడి నవ్వేసరికి, రాహుల్ ఉడుక్కున్నాడు.

చూపుడు వేలు వంతులువారీగా ముందు శ్రుతికి చూపిస్తూ, “పంకజాక్షి కాదు, పల్లవి”,

చైత్రకి చూపిస్తూ, “వంకాయ కాదు టొమాటో”,

సాగర్‌కి చూపిస్తూ, "లవ్ లెటర్ కాదు గ్రీటింగ్ కార్డ్" అన్నాడు.

"టొమాటోకీ వంకాయకి పెద్ద తేడా ఏముందిరా ముతామేస్త్రి? యాపిల్ పండో, రోజాపూవో ఇచ్చినా అందం గానీ... టొమాటో ఏంట్రా" అంది శ్రుతి వెక్కిరిస్తూ.

"అంటే అదీ...", అంటూ సాగర్ వైపు చూసి నసిగాడు, ఇక తప్పదన్నట్టు, "టొమాటోని 'లవ్ యాపిల్' అంటారని ఏదో పుస్తకంలో చదివాను, హింట్ ఇచ్చినట్టు ఉంటుందనీ..." అని వెర్రి నవ్వొకటి విసిరాడు రాహుల్.

మళ్ళీ ఏదో గుర్తొచ్చినట్టు, "అవునూ, చైత్రా కాలనీలో అబ్బాయితో బైక్ మీద లాంగ్ డ్రైవ్‌కి పోయి యాక్సిడెంట్ అయి ఇంటికి వచ్చిన స్టోరీ చెప్పమంటావా సాగర్?" అనేసరికి చైత్రా నవ్వు ఆగిపోయింది. కళ్ళు పెద్దవి చేసి బెదిరిస్తున్నట్టు, "ఒరేయ్! నువ్వు ఉన్నవీ లేనివీ కల్పించి చెప్పకు కుళ్ళుబోతు వెధవా!" అని తిట్టింది.

"ఇందులో అబద్ధం ఏముంది - నువ్వు అబ్బాయి బైక్ ఎక్కడమా, లాంగ్ డ్రైవా, యాక్సిడెంటా?" అడిగాడు రాహుల్ అమాయకంగా.

"నువ్వు వీడి మాటలు నమ్మకు సాగర్, అన్ని అబద్ధాలే!" అంది చైత్రా. నవ్వు ఆపుకుంటూ బుద్ధిగా "సరే" అన్నట్టు తలూపాడు సాగర్.

"అరే! లెజెండ్ శ్రుతి గారికోసం మన అమర ప్రేమికుడు అవినాష్ చేసిన స్టంట్ల గురించి చెప్పనేలేదే" అన్నాడు రాహుల్ శ్రుతి వైపు చూస్తూ.

ఈ కజిన్స్ కలహాలు, గిల్లి కజ్జాలు చూస్తూ, ఎంజాయి చేస్తూ, అంతవరకు నవ్వుతున్న సాగర్ మూడ్ రాహుల్ మాటలతో మారిపోయింది. "భగవంతుడా! ఏంటి నాకీ పర్ఫార్మెన్స్ ప్రెజర్? ఏం ఘనకార్యం వెలగబెట్టాడు ఆ అవినాష్ గాడు? ఇప్పుడు శ్రుతిని ఇంప్రెస్ చెయ్యడానికి నేను ఇంకెన్ని స్టంట్లు చెయ్యాలో" అని మధనపడిపోతుంటే, "మరి శ్రుతి కోసం ఆ మాత్రం స్టంట్లు చెయ్యాలి, తప్పదు" అంది శ్రుతి ధీమాగా.

"ఇంతకీ ఏం చేశాడు అవినాష్" అని సాగర్ అడిగేలోపు "ఆ కబుర్లన్నీ తర్వాత. ఇప్పటికే లేటైంది. భోజనం చేద్దురు గాని రండి" అని అందరినీ

ఆహ్వానించింది చైత్రా.

సరే, కొన్నాళ్ళు సస్పెన్స్ తప్పదేమో అని ఇక ఆ విషయం అక్కడితో వదిలేసి భోజనానికి సిద్ధమయ్యాడు సాగర్.

"సుబ్బయ్య హాస్పిటల్‌లోనే ఉన్నాడు. మధ్యాహ్నం కొంత వంటచేసి వెళ్ళాడట. మిగిలింది చైత్రా చేసిందట." అని చెప్పాడు రాహుల్.

టేబల్ మీద మెనూ మొత్తం వెజిటేరియన్ అంటే శ్రుతి మేడమ్ కోసమే అన్నమాట అనుకున్నాడు సాగర్. తన మనసులో మాట పసిగట్టినట్టు "నేనేం చెప్పలేదు ఫుల్ల్ వెజిటేరియన్ మెనూ ఉండాలని. వీళ్ళే నాకోసం ఫీల్ అయిపోయి వండుకోవడం మానేసారు" అంది చైత్ర రాహుల్ వైపు విసుగ్గా చూస్తూ.

సాగర్ నవ్వేసి, "నాకు నాన్ వెజ్జే ఉండాలని ఏం లేదు. నా ఉదరం ప్రతి రోజూ జంతు బలి కోరదు. పైగా ఈ వంటలన్నీ రుచిగా ఉన్నాయి. ఐ లవ్డ్ ద మెనూ" అన్నాడు. చైత్ర మురిసిపోయి థాంక్స్ చెప్పి, ఇంకొంచెం పనీర్ బటర్ మసాలా వడ్డించింది. భోజనం ముగించుకొని, "ఇవాళ నువ్వు దిండూ, దుప్పటీ, బిఛానా ఏం తేనక్కర్లేదు" అని బయలుదేరాడు సాగర్.

ఇరవై నిమిషాల తర్వాత రాహుల్, శ్రుతి సాగర్ ఫ్లాట్‌కి చేరుకున్నారు. లోపలకు రాగానే సోఫాలో కూర్చుని, శ్రుతి తన మొబైల్ తీసి, "వార్డెన్ మాలతి గారు చిన్ని ఉన్న ఫోటోలు పంపించారు" అంటూ ఫోన్ తీస్తుంటే రాహుల్ "సాగర్ ఏమైంది?" అన్నాడు. శ్రుతి తలెత్తి చూస్తే సాగర్ కాస్త దిగాలుగా ఉన్నట్టున్నాడు, చేతిలో ఒక కాగితముంది. ఈసారి శ్రుతి అడిగింది "అంతా ఓకేనా సాగర్?" అని. "నేను ఇంటికి చేరేసరికి ఒక కొరియర్ ఉంది. తీసి చూస్తే అందులో ఇది దొరికింది" అని కాగితం ఇద్దరికీ చూపించాడు. అర ఠావు పేపర్ మీద ఏదో పత్రికలోంచి కత్తిరించి పెట్టిన రెండు పదాలున్నాయి. *Stop Searching.*

"అంటే మనం శివానీని వెతుకుతున్నామని ఎవరికో తెలిసింది", అన్నాడు రాహుల్. "ఎవరికో కాదు, శివానీ దొరికితే ఎవరికైతే ప్రమాదముందో వాళ్ళకి తెలిసింది" అన్నాడు సాగర్. శ్రుతిలో భయం మొదలయ్యింది. "ఇప్పుడేం చేద్దాం?" అంది

"భయపడాల్సిందేం లేదు శ్రుతి. మనం ప్లాన్ ప్రకారం వెళ్దాం" అన్నాడు సాగర్.

శ్రుతి ఆలోచనలో పడింది. "ఇంత చిన్న విషయానికి నువ్వు అంత కంగారుపడతావేంటి" అన్నాడు రాహుల్. "నా భయం మీ ఇద్దరి సేఫ్టీ గురించి" అంది కాగితాన్నే తదేకంగా చూస్తూ. సాగర్ రాహుల్ మొహాలు చూసుకున్నారు. ఈ సారి సాగర్, "ఎవ్వరికీ ఏం కాదు. నువ్వు ఎక్కువగా ఆలోచిస్తున్నావ్", అన్నాడు. "అవును, ఇలాంటిది మరోటి ఏదైనా జరిగితే అప్పుడు మనం జాగ్రత్త పడదాం, కావాలంటే పోలీసులకి ఇన్‌ఫార్మ్ చేద్దాం" అని సర్దిచెప్పాడు రాహుల్. ఎటూతేల్చుకోలేని దానిలా, కాస్త అయిష్టంగానే ఒప్పుకుంది.

"నువ్వు ఇందాక మాలతి గారు పంపిన ఫోటోస్ చూపిస్తానన్నావ్" అని గుర్తుచేశాడు సాగర్.

వాట్సప్‌లో వచ్చిన ఫోటోలు చూపించింది. గ్రూప్ ఫోటో, దాదాపు 12-15 మంది ఉన్నారు. చిన్నీ ఎక్కడో వెనక్కు ఉంది, మొహం అంత స్పష్టంగా కనబడటంలేదు. జూమ్ చేసి చూద్దాం అని రాహుల్ శ్రుతి ఫోన్ మీద వేళ్ళు పెట్టగానే, వార్డెన్ మాలతి కాలింగ్ అని స్క్రీన్ మీద కనబడి, ఫోన్ మోగింది.

శ్రుతి కాల్ రిసీవ్ చేసుకొని, స్పీకర్ ఆన్ చేసింది.

"హలో మాలతి గారు, చెప్పండి."

"సారీ అమ్మ, ఇంత రాత్రప్పుడు ఫోన్ చేస్తున్నాను."

"అయ్యో... మీరు మాకు హెల్ప్ చేస్తున్నారు. ఎప్పుడన్నా కాల్ చెయ్యొచ్చు. చెప్పండి."

"నిన్న సుబ్బారావు వచ్చాడు కదా. నేను ఎవరికో చిన్నీ గురించి చెప్తున్నానని తనకు తెలిసిందంట. ఎందుకు చెప్పావని నా మీద అరిచాడు. నాకు ఉద్యోగం లేకుండా చేస్తానని భయపెట్టాడు, ఎవరికి చెప్పావో చెప్పు అని బెదిరించాడు."

"అయ్యో! మా వల్ల మీకు ఇబ్బంది కలిగిందా?" అని శ్రుతి బాధపడింది.

"లేదమ్మా, ఇది ఎప్పుడూ ఉండేదే. సుబ్బారావు అందర్నీ బానిసల్లా

చూస్తాడు. నా మీద కోప్పడి వెళ్ళిపోయాక అతని డ్రైవర్ నాకు ఫోన్ చేసి, ఫోన్లో తాంత్రికుడితో ఏదో గొడవయ్యిందని, గతంలో చేసిన నరబలి వలన గుప్త నిధులు దొరుకుతాయని చెప్పాడు కాని దొరకలేదని, ఈసారి దొరక్కపోతే తాంత్రికుడిని తనే పోలీసులకు అప్పగిస్తానని బెదిరించాడని, ఈ విషయం గురించి మాట్లాడటానికే బహుశా తాంత్రికుడిని కలవడానికి వెళ్తున్నాడని చెప్పాడు" అని చెప్పింది మాలతి.

"తాంత్రికుడు ఎక్కడుంటాడు?" అడిగాడు సాగర్.

"డ్రైవర్‌కి లొకేషన్ పంపమని చెప్పాను. రేపు సాయంత్రం వెళ్తారు. బహుశా, అప్పుడు పంపిస్తాడేమో. సిటీ శివార్లలో ఉండొచ్చని నా అనుమానం" అంది మాలతి.

"సరే. లొకేషన్ తెలియగానే మాకు పంపండి ప్లీజ్" అని చెప్పింది శ్రుతి.

"తెలిసిన వెంటనే పంపిస్తాను. అన్నట్టు మీకు ఎన్జీవో గురించి చెప్పాను కదా! ఆమె పేరు నిర్మల. తన కాంటాక్ట్ నంబర్ పంపిస్తున్నాను" అంది మాలతి.

"మాలతి గారు, మరో విషయం" అంది శ్రుతి సంశయిస్తూ

ఏం చేస్తున్నావ్ అన్నట్టు రాహుల్ సాగర్లు చూస్తున్నారు తనని.

"ఏమైందమ్మా?"

"అదీ, మీకు ఎలా చెప్పాలో తెలియడం లేదు..."

"మిమ్మల్ని ఎవరైనా బెదిరిస్తున్నారా?" అని మాలతే అడిగేసరికి

ముగ్గురూ షాకయ్యారు, "మీకెలా తెలుసు?"

"తాంత్రికుడికి చాలా పెద్ద వాళ్ళతో లావాదేవీలున్నాయి. తనకి కష్టం వస్తే ఆదుకోడానికి రాజకీయ నాయకులున్నారు, కేసులు లేకుండా చేసేందుకు పోలీసులున్నారు. అయితే ఈ మధ్య తన శక్తులు తగ్గాయని, వాటివలన తమకు ఎలాంటి ఉపయోగం లేకుండా పోయిందని కొంతమంది తాంత్రికుడి మీద కోపంగా ఉన్నారు. అందుకే తాంత్రికుడు ఈ సారి ఎలా అయినా ఫలితం రాబట్టడానికి ప్రయత్నిస్తాడు, అందుకు ఎంత దూరమైనా వెళ్తాడు. ఒక మంచి

పని చేయడానికి పూనుకున్న మిమ్మల్ని ముందుగానే భయపెట్టడం ఎందుకని చెప్పలేదు. మీరు కాస్త జాగ్రత్తగా ఉండండి.” అని కాల్ ముగించింది మాలతి.

ఒకోసారి మనలోని సందేహం మాటల్లో బయటపడ్డాక భయంగా మారిపోతుంది. కొరియర్ ద్వారా వచ్చిన సందేశంతో మొదలైన సందేహం, మాలతి మాటల వలన రూఢీ అయ్యింది. శివానీని వెతికే క్రమంలో తమకి ప్రమాదం ఉండబోవచ్చని మొదటిసారి అర్థమైంది. ఈ సారి ఎవరూ ఎవరికీ ధైర్యం చెప్పలేదు, జాగ్రత్తగా ఉండాలన్న సంకల్పం మౌనంగానే తీసుకున్నారు.

రాహుల్ “చిన్నీ ఎవరు?” అనడిగాడు. శ్రుతి టూకీగా చెప్పింది. కాసేపు ఆలోచించి, “సరే, కానీ మనం శివానీ కోసం వెతుకుతున్నాం కదా. చిన్నీ కోసం కూడా చూడాలంటే డైగ్రెస్ అవుతామేమో?” అని సందేహం వ్యక్తం చేశాడు.

“లేదు రాహుల్. మనకు తెలియని శివానీలు, చిన్నీలు చాలామంది ఉన్నారు. అందరికి సాయం చెయ్యలేం కానీ, తెలిసినమట్టుకు సాయం చెయ్యడానికి కనీసం ప్రయత్నమైనా చెయ్యాలి” అన్నాడు సాగర్.

“ఐ అగ్రీ” అంది శ్రుతి సాగర్ తో సమ్మతిస్తూ.

“రేపు ఉదయం కృష్ణగిరి వెళ్ళి, శంకర్‌ను పట్టుకోగలిగితే, శివానీ గురించి తెలియవచ్చు”, అన్నాడు రాహుల్.

“కృష్ణగిరిలో చాలా గ్రానైట్ ఫ్యాక్టరీలున్నాయి, ఎక్కడని వెతుకుతాం?” అంది శ్రుతి.

“వెళ్ళే ముందు ఫ్యాక్టరీ ఓనర్లకు కాల్ చేసి అడుగుదాం” అన్నాడు సాగర్.

“ఎంప్లాయీ డీటెయిల్స్ వాళ్ళు మనకెందుకు చెప్తారు?” అడిగాడు రాహుల్

“అవును. కరెక్టే” అంది శ్రుతి.

“మనకున్న ఒకే ఒక్క ఆప్షన్ కృష్ణగిరి వెళ్ళడం. శ్రుతి, నీకు తమిళ్ వచ్చా” అనడిగాడు రాహుల్.

“నేను చెన్నైలో ఉన్నది నాలుగు నెలలే. కాస్త అర్థమవుతుంది కానీ ఫ్లూయెంట్‌గా మాట్లాడలేను”, అంది శ్రుతి.

"సరే. నా ఫ్రెండ్ మంజునాథ్‌ని రేపు రమ్మంటాను. వాడికి తమిళ్, కన్నడా, తెలుగు, హిందీ, ఇంగ్లీష్, అన్నీ వచ్చు" అన్నాడు రాహుల్.

"మరి చిన్నీ సంగతి?" అడిగాడు సాగర్.

"వార్డెన్ మాలతి రేపు ఆ తాంత్రికుడి లొకేషన్ పంపిస్తానని అన్నారు కదా. అప్పటి వరకు మనం చెయ్యగలిగిందేమీ లేదు. ఈలోగా చిన్నీ వేరే ఎక్కడైనా ఉన్నట్టు సమాచారం అందే అవకాశం కూడా ఉంది కదా?" అంది శ్రుతి.

"ఇక్కడి నుండి కృష్ణగిరి దాదాపు 90 కిలోమీటర్ల దూరం. మనం రెండున్నర గంటల్లో చేరిపోగలం. ఉదయం ఆరుకంతా బయలుదేరితే, అక్కడ నాలుగైదు గంటలు తిరిగినా, సాయంత్రానికల్లా వచ్చేయగలం. సుబ్బారావు ఎలాగూ రేపు సాయంత్రం వెళ్తాడని వార్డెన్ చెప్పింది కాబట్టి, ఆ లొకేషన్ తెలిసేసరికి మనం తిరిగి వచ్చేస్తాం. ఒకవేళ అక్కడుండగా లొకేషన్ తెలిస్తే, ఇక్కడ ఎవరికైనా ట్రాక్ చేస్తూ ఉండమని చెప్పి, వీలైతే పోలీసులకి ఇన్‌ఫార్మ్ చెయ్యమని చెప్పి వెళ్దాం" అని ప్లాన్ వివరించాడు రాహుల్.

"కానీ పోలీసులకు ఏమని చెప్తాం? మన దగ్గర చిన్నీ గురించి వివరాలు లేవు, సుబ్బారావూ తాంత్రికుడు కలిసి నేరం చేస్తున్నట్టు ఋజువులు లేవు" అడిగాడు సాగర్.

"గుడ్ పాయింట్" అంది శ్రుతి.

హ్మ్... అని కాసేపు ఆలోచించి రాహుల్ "నిజానికి పోలీసుల్ని ఇన్వాల్వ్ చేస్తే అది సమస్యని మరింత జటిలం చేస్తుంది. మన దగ్గర ఎవిడెన్స్ లేదు కాబట్టి ఊరికే వెళ్ళి కంప్లైంట్ చేస్తే అసలు కంప్లైంట్ కూడా తీసుకోరు. పైగా ఆ పాప మీకేమవుతుంది? మీరెందుకు తన కోసం వెతుకుతున్నారని మామయ్యని విసిగించినట్టు మనల్నీ విసిగించొచ్చు" అన్నాడు.

"కానీ పోలీసులకు తెలిస్తేనే ఇలాంటివి అరికట్టగలం." అన్నాడు సాగర్.

"అదీ నిజమే. సరే. ఇలా చేద్దాం, కృష్ణగిరి వెళ్దాం. శంకర్ కోసం వెతుకుదాం. సాయంత్రానికల్లా తను దొరికితే మంచిదే. ఒకవేళ దొరక్కపోతే, నేనూ మంజూ కృష్ణగిరిలోనే ఉండి వెతుకుతాం. నువ్వూ, శ్రుతి బెంగుళూరుకి

తిరిగి వెళ్ళిపోండి” అన్నాడు రాహుల్.

“గుడ్ ఐడియా. శ్రుతి, వార్డెన్ నీకు ఒక ఎన్జీవో కాంటాక్ట్ పంపించారు కదా? ఆవిడతో మాట్లాడితే ఈ తాంత్రికుడి సమస్యని ఎలా డీల్ చెయ్యాలో చెప్పగలరేమో ఒక సారి కనుక్కుంటే ఎలా ఉంటుంది?” అన్నాడు సాగర్.

“ఇప్పుడే మెసేజ్ చేస్తాను” అని వాట్సాప్‌లో నిర్మల కాంటాక్ట్ సేవ్ చేసుకొని “హాయ్ నిర్మల గారు. మీ నంబర్ మాలతి గారిచ్చారు. మేము ఇద్దరు పిల్లల కోసం వెతుకుతున్నాం. మీరు ఏమైనా సాయం చెయ్యగలరేమోనని కాంటాక్ట్ చేస్తున్నాను” అని మెసేజ్ చేసింది.

“ఇంత రాత్రప్పుడు మెసేజ్ చేస్తే బహుశా ఆవిడ చూస్కోదేమో” అన్నాడు రాహుల్.

“మన దగ్గర లేనిదే టైం. కాబట్టి ఇలాంటివి ఆలోచించకూడదు. ఆవిడ ఎప్పుడు చూసుకుంటే అప్పుడు రిప్లై చేస్తుంది. ఇంతకీ నువ్వు మంజూని అడిగావా రేపు మనతో రమ్మని” అనడిగింది శ్రుతి.

“ఎప్పుడో! వాడు వస్తానని కన్‌ఫర్మ్ కూడా చేసేశాడు”, అని రాహుల్ జవాబిచ్చాడు.

ఇంతలో శ్రుతి వాట్సాప్ మెసేజ్ నోటిఫికేషన్ వచ్చింది.

‘నిర్మల గారు’ అని కాంటాక్ట్ నేమ్ చూసి ఆశ్చర్యపోయింది.

“ష్యూర్. వివరాలు చెప్పగలరా?” ఆవిడ పంపిన మెసేజ్ చదివింది.

రాహుల్ వెంటనే శ్రుతి పక్కకొచ్చి కూర్చొని తన మొబైల్ చూస్తున్నాడు. తర్వాత ఏం జరుగుతుందా అన్న ఉత్సుకతతో.

“ఒకసారి మీతో మాట్లాడొచ్చా?” అని రిప్లై ఇచ్చింది శ్రుతి.

అది చూసిన రాహుల్ “ఈ టైంలో ఎవరు కాల్ చేస్తారు, ఆవిడ రేపు మాట్లాడదాం అంటారు చూడు” అన్నాడు చాలా కాన్ఫిడెంట్‌గా.

నిర్మల “ఇప్పుడు మాట్లాడగలరా” అని రిప్లై ఇచ్చేసరికి రాహుల్ వైపు చూస్తూ కళ్ళెగరేసింది శ్రుతి గర్వంగా.

"అందుకే నువ్వు లెజెండ్" అని చేతులెత్తి మొక్కేసి, సాగర్‌తో "డూడ్, డ్రింక్స్ బ్రేక్ లేదా ఇవాళ?" అనడిగాడు.

ఫ్రిజ్ వైపు చూపించి "హెల్ప్ యువర్‌సెల్ఫ్" అన్నాడు సాగర్. రాహుల్ ఫ్రిజ్ నుంచి రెండు ఆరెంజ్, ఒక లిచీ జూస్ కార్టన్లు తెచ్చి, లిచీ శ్రుతికి, ఆరెంజ్ సాగర్‌కు ఇచ్చి తను కూడా ఆరెంజ్ జూస్ తీసుకున్నాడు.

శ్రుతి నిర్మలకు కాల్ చేసి, స్పీకర్ ఆన్ చేసింది.

"హలో"

"హలో నిర్మల గారు. నా పేరు శ్రుతి" అని మొదలుపెట్టి, నిర్మల అడిగిన ప్రశ్నలకు తెలిసినంత వరకు సమాధానాలిచ్చింది. శివానీ, చిన్నీల ఫోటోలు పంపింది. తాంత్రికుడి గురించి వివరించి ఆ సమస్యను పరిష్కరించడం ఎలా? అని అడిగింది.

అన్ని వివరాలు విన్నాక, "శివానీ కనిపించకుండా పోయి మూడు నెలలు దాటింది అంటున్నారు కాబట్టి, తనని ట్రాక్ చెయ్యడం కాస్త కష్టం అవుతుంది. ఇట్స్ ఎ కోల్డ్ ట్రెయిల్. తన కోసం మీరు కృష్ణగిరి వెళ్ళడమే కరెక్ట్. ఇక చిన్నీ విషయానికొస్తే, తనని మరో అనాథాశ్రమానికి పంపించి ఉంటే, మాలతి నెట్వర్క్ నుండే మనకు ఏదైనా క్లూ దొరికి ఉండాలి. అలా కాకుండా చిన్నీని ఏదైనా రహస్య స్థావరానికి తీసుకెళ్ళి ఉంటే, తాంత్రికుడు తన పని మొదలుపెట్టేవరకు మనకు తెలిసే అవకాశం లేదు" అని వివరించింది నిర్మల.

"ఈ రెండు చోట్ల కాకుండా, చిన్నీ ఇంకెక్కడైనా ఉండే అవకాశం ఉందా నిర్మల గారు?" అడిగింది శ్రుతి.

"మామూలుగా అయితే ఇలాంటి అనాథ ఆడపిల్లల్ని వయసుని బట్టి, చైల్డ్ లేబర్ గానో, వర్జినిటీ టూరిజంలోనో, ఐవీఎఫ్ ట్రయిల్స్ లేదా సరొగసీ కోసమో వాడుకుంటారు. మన దేశంలో చైల్డ్ ట్రాఫికింగ్ చాలా పెద్ద సమస్య. ప్రతి రోజు 8-10 మంది పిల్లలు ట్రాఫికింగ్‌కు గురవుతున్నారు. మా ఎన్జీవో జాగృతిలా, చిన్న పిల్లలని కాపాడేందుకు చాలా సంస్థలు పని చేస్తూనే ఉన్నాయి. వేల కొద్ది పిల్లల్ని రక్షించాయి కూడా.

అయినా ఇంకా కాపాడాల్సిన పిల్లలు ఉంటూనే ఉన్నారు. కొంతమంది ఎంత దయనీయమైన స్థితిలో దొరుకుతారంటే చావు ఎందుకు రాలేదని బాధపడతారు. ట్రస్ట్ మీ. ఇట్స్ హార్ట్ బ్రేకింగ్", అని వివరించింది నిర్మల.

కాసేపు ఎవ్వరూ ఏం మాట్లాడలేదు.

అప్పుడు నిర్మల మళ్ళీ "ఐ యామ్ సారీ. ఇలాంటివి రోజూ చూసినా, నాకే కష్టంగా ఉంటుంది. అలాంటిది పాపం మీకు ఇలాంటివి సడెన్‌గా వినడానికి ఎంత కష్టంగా ఉంటుందో నేను ఊహించగలను. ఇన్ఫర్మేషన్ షేర్ చేద్దామన్న ఉద్దేశంతో చెప్పాను" అని బాధపడుతూ చెప్పింది.

సాగర్ తేరుకొని, "నో నో, మీరు నిజంగానే చాలా విలువైన ఇన్ఫర్మేషన్ ఇచ్చారు. థాంక్స్ సో మచ్. ఒకవేళ తాంత్రికుడి లొకేషన్ తెలిస్తే మీరు ఏమైనా సాయం చెయ్యగలరా చిన్నీని వెతకడంలో?", అన్నాడు.

"నాకు తెలిసిన ఇన్‌స్పెక్టర్ ఉన్నారు. మా ఎన్జీవోతో కలిసి కొన్ని రెస్క్యూ ఆపరేషన్స్‌లో పని చేశారు. ఆయనకి ఒక మాట చెప్పి ఉంచుతాను. మీకు లొకేషన్ ఎవరు పంపిస్తారు?", అంది నిర్మల.

"తాంత్రికుడి దగ్గరకు సుబ్బారావుని తీసుకెళ్ళే కార్ డ్రైవర్", చెప్పింది శ్రుతి.

"అతన్ని వీలైతే తాంత్రికుడి ఫోటో తీసి పంపమని చెప్పండి. వాళ్ళిద్దరూ మాట్లాడుకున్నది రికార్డ్ చేస్తే ఇంకా మంచిది గానీ రిస్కీ అయితే వద్దు. మనం రేపు మళ్ళీ మాట్లాడదాం" అంది నిర్మల.

"థాంక్స్ అగైన్ నిర్మల గారు" అంది శ్రుతి

"ఎనీ టైం. గుడ్ నైట్!" అని కాల్ ముగించింది నిర్మల.

ముగ్గురూ మౌనంగా ఉన్నారు కాసేపు. శ్రుతి మొహంలో బాధ, ఉద్వేగం స్పష్టంగా కనబడుతున్నాయి. తనతో ఏం మాట్లాడాలో అన్న సందిగ్ధంలో రాహుల్ సాగర్ ఉన్నారు.

రాహుల్ శ్రుతి దగ్గర కూర్చొని భుజం మీద చెయ్యి వేసి "అంతా సర్దుకుంటుంది శ్రుతి" అని సముదాయించడానికి ప్రయత్నించాడు. పెద్దగా

నమ్మకం లేనట్టు మెల్లగా తలూపింది. అవునన్నట్టుగా.

తలపైకెత్తి చూడకుండా "ఉదయం త్వరగా బయలుదేరాలి. మీరు నిద్రపోండి. నేను కూడా వెళ్ళి పడుకుంటానని" వెళ్ళిపోయింది. రాహుల్ సాగర్‌ని చూసి "శ్రుతికి చిన్న పిల్లలంటే చాలా ఇష్టం. అందుకే వాళ్ళకు ఏదైనా జరిగితే కుమిలిపోతుంది" అన్నాడు.

సాగర్, అర్థమైందన్నట్టు తలూపాడు. తన బెడ్ రూంలోకి వచ్చి, మంచం మీద నడుం వాల్చి సీలింగ్ చూస్తూ కాసేపు శివానీ గురించి, చిన్నీ గురించి, తర్వాత శ్రుతి గురించి ఆలోచించాడు. చాలాసేపటి వరకు నిద్ర పట్టలేదు.

***

10

మరుసటి రోజు ఉదయం 5:35కి రాహుల్‌కి శ్రుతి కాల్ చేసి "ఎప్పుడురా రెడీ అవుతావ్" అని తిట్టింది. దెబ్బకి నిద్ర వదిలిపోయింది రాహుల్‌కి. "సారీ... సారీ... వస్తున్నా" అని హడావుడిగా లేచి రూం బయటకొచ్చాడు. సాగర్ ఇంకా నిద్రపోతున్నాడేమో అని తన బెడ్ రూం దగ్గరకొచ్చి తలుపు తట్టాడు. సమాధానం లేదు. ఈసారి గట్టిగా తట్టాడు. సాగర్ మొత్తానికి నిద్రలేచాడేమో! కళ్ళు నులుపుకుంటూ తలుపు తీశాడు "గుడ్ మార్నింగ్ రాహుల్" అన్నాడు.

"అమ్మోరు ఆల్రెడీ లేచి తాండవం చేస్తుంది. మనం త్వరగా రెడీ అవ్వకపోతే బ్యాడ్ మార్నింగే మనకి", అని ముందస్తు హెచ్చరిక ఇచ్చి, "సీ యూ సూన్" అని ఫ్లాట్‌కి వెళ్ళిపోయాడు.

శ్రుతి తాండవం గురించి వినగానే సాగర్ నిద్ర మత్తు కూడా వదిలింది. గబగబా రెడీ అయిపోయాడు.

ఆపరేషన్ శివానీ గ్రూప్ చెక్ చేశాడు. లిఫ్ట్ దగ్గర 6:15 కి కలుద్దామని శ్రుతి మెసేజ్ చేసింది.

బొటనవేలు ఎమోజి పంపించి టైం చూశాడు సాగర్.

ఇప్పుడు ఏ పని మీద వెళ్తున్నామో ఆ పని అవుతుందా? తిరిగి వచ్చేసరికి కథ ఎన్ని మలుపులు తిరుగుతుందో అని ఏవేవో ఆలోచనలు సాగర్ మనసులో. శ్రుతి మొహంలో దిగులు, బాధ గుర్తొచ్చి ఏ జన్మ బంధమో ఆ పిల్లలకోసం ఇంత తాపత్రయ పడుతోంది. శివానీ, చిన్నీలు క్షేమంగా ఉంటే చాలు అనుకొని బయటకు వచ్చి, అరవింద్ ఫ్లాట్ వైపు చూస్తూ నిలబడ్డాడు.

సరిగ్గా 6:15కి శ్రుతి తలుపు తీసుకొని బయటకు వచ్చింది. ఐస్ బ్లూ జీన్స్, నెమలి కంఠం రంగు కుర్తా వేసుకుంది. షూ స్టాండ్‌లో ఉన్న ఫ్లాట్స్ తీసి వేసుకొని, “ఒరే రాహుల్, వస్తున్నావా లేదారా డఫర్!!” అని గట్టిగా అరిచింది. సాగర్ బయటే ఉన్నట్టు గమనించలేదేమో, సాగర్‌ని చూసి కాస్త ఇబ్బంది పడుతూ “గుడ్ మార్నింగ్ సాగర్. నువ్వు ఇక్కడ ఉన్నావనుకోలేదు” అని తన అరుపుకు సంజాయిషీ ఇస్తూ తన వైపు వస్తున్న శ్రుతిని చూస్తుంటే సాగర్‌కు ఎందుకో ఒక్కసారి తనని ఎదకి హత్తుకోవాలనిపించింది. మళ్ళీ అది తీరని కలగా మిగిలిపోతుందేమో అని తనే మనసుకు సర్దిచెప్పుకొని, చిన్న చిరునవ్వుతో “గుడ్ మార్నింగ్ శ్రుతి. ఆ మాత్రం డోస్ పడకపోతే రాహుల్ కదిలేలా లేడు మరి. మరేం పర్వాలేదు” అని అంటుండగా “మై గాడ్! నీ కళ్ళు అంత ఎర్రగా ఉన్నాయేంటి సాగర్?” అడిగింది శ్రుతి. తర్వాత చెప్తా అన్నాడు సాగర్.

ఇంతలో రాహుల్ పరుగు పరుగున ఫ్లాట్ బయటకు, తడి తల మీద నుండి టీ షర్ట్ లాక్కుంటూ వచ్చి, షూ స్టాండ్‌లో ఏవి దొరికితే ఆ చెప్పులు వేసుకొని, లిఫ్ట్ వైపుకి నడుస్తూ, పదండి పదండి, మంజూ వచ్చేశాడని తొందరపెట్టాడు.

పార్కింగ్ లాట్‌లో వెయిట్ చేస్తున్న మంజూని సాగర్, శ్రుతిలకు పరిచయం చేశాడు రాహుల్. మైసూరులో తనకి ఉద్యోగం రాకముందు బెంగుళూరులో మూడు నెలలు ట్రైనింగ్ లో పరిచయం అయ్యాడని చెప్పాడు రాహుల్. మంజు ఇక్కడి ఆఫీసులోనే పనిచేస్తున్నాడని చెప్పాడు.

“నీ కళ్ళేంటి డూడ్ అంత ఎర్రగా ఉన్నాయి, రాత్రి నిద్రపోలేదా?” ఈ సారి రాహుల్ కూడా అడిగేసరికి చెప్పకతప్పలేదు సాగర్‌కి

“రాత్రి సెక్యూరిటీ గార్డ్‌తో మాట్లాడి, లంచమిచ్చి సీసీటీవీ ఫుటేజ్ చూశాను, రూం కి వచ్చి నిద్రపోయేసరికి 2:30 అయ్యింది” అన్నాడు సాగర్

“అలా అయితే నువ్వు డ్రైవ్ చెయ్యకపోవడం మంచిది. నేను డ్రైవ్ చేస్తా” అన్నాడు రాహుల్, “లేదు నేను చేస్తా, నాకు రూట్ కూడా బాగా తెలుసు” అన్నాడు మంజు. సరే అని రాహుల్ రథసారథ్యం మంజూకి అప్పగించాడు. డ్రైవింగ్ సీట్లో మంజు, పక్కన సాగర్ , వెనక రాహుల్, శ్రుతి కూర్చున్నారు.

“ఇంతకీ సీసీటీవీ ఫుటేజ్‌లో ఏమైనా ఇన్‌ఫర్మేషన్ దొరికిందా" అనడిగింది శ్రుతి.

“అనుమానాస్పదంగా ఎవరూ కనబడలేదు. ముఖ్యంగా మన ఫ్లాట్స్ వైపు ఎవరూ రాలేదు. ఈ కొరియర్ కూడా ఎప్పుడూ వచ్చే కొరియర్ సర్వీస్ వాడే తెచ్చాడు” సాగర్ బదులిచ్చాడు.

“ఆ కవర్ మీద, కాగితం మీద వేలి ముద్రలు కోసం చూస్తే?” అని రాహుల్ ప్రశ్న.

“అడ్రెస్ ప్రింట్ చేసి ఉంది. కాగితం మీద కూడా చేతిరాత లేదు. ఎవరో చాలా జాగ్రత్త పడ్డారు. నాకు తెలిసి చేతులకి గ్లవ్స్ వేసుకొనే ఈ ఉత్తరం పంపి ఉంటారు. పైగా రోజూ పెద్ద పెద్ద బ్లాక్మెయిల్స్, ఎక్స్టార్షన్లు, కిడ్నాప్లు చూసే పోలీసులకి ఇది చిన్న విషయంలా అనిపిస్తుంది. పెద్దగా పట్టించుకోకపోవచ్చు. కాబట్టి ఇప్పటికి దీన్ని ఇక్కడితో వదిలేసి, ఇకపై జాగ్రత్తగా ఉంటూ మన ప్లాన్ బట్టి పనిచేసుకుపోవడమే బెస్ట్” అన్నాడు సాగర్.

దాదాపు 45 నిమిషాల తర్వాత కాఫీ కోసం ఒక చోట ఆగారు. వీళ్ళు కాఫీ తాగుతుండగా, మంజు దూరంగా వెళ్లి ఫోన్ మాట్లాడి వచ్చి కాఫీ తాగాడు. ఏమైంది అన్నట్టు కనుబొమ్మలు ఎగరేశాడు రాహుల్, ఏంలేదన్నట్టు నవ్వేసి తల అడ్డంగా ఊపాడు మంజు. ఆ తర్వాత ఎక్కడా ఆగకుండా కృష్ణగిరికి గంటన్నరలో చేరుకున్నారు. ఆ తొంభై నిమిషాల్లో సాగర్ చిన్న కునుకు తీశాడు. శ్రుతి కాసేపు పాటలు వింది, కాసేపు తనతో మాట్లాడింది, మధ్యలో ఒక సారి కనకరాజుకి ఫోన్ చేసి అరవింద్ గురించి అడిగింది. మంజు మాత్రం తరచు రేర్ వ్యూ మిర్రర్‌లో వెనక్కి చూస్తున్నాడని రాహుల్ ఒక్కడే గమనించాడు. గ్రానైట్ ఫ్యాక్టరీలను చుట్టబెట్టేముందు, సరిహద్దులో ఆగారు కాసేపు.

శంకర్‌ని కనిపెట్టడానికి, దారిలో ఒక ఐడియా కూడా ఇచ్చాడు మంజు. వాళ్ళ బంధువు ఒకాయన కృష్ణగిరి గ్రానైట్ వర్కర్ల ట్రేడ్ యూనియన్‌లో నాయకుడంట. ఆయన్ని కలిసి శంకర్ గురించి కనుక్కుంటే త్వరగా కనిపెట్టొచ్చని చెప్పాడు. కానీ పేరు తప్ప ఇంకేం వివరాలు లేవని చెప్పింది శ్రుతి.

"ఫోటో దొరికే అవకాశం ఉందా?" అని అడిగాడు మంజు.

వెంటనే నాగరాజుకి సాగర్ ఫోన్ చేసి శంకర్ ఫోటో, పూర్తి పేరు అడిగాడు. పది పదిహేను నిమిషాల్లో రెండూ వాట్సాప్‌లో పంపించాడు నాగరాజు. మంజూ అవి చూసి, ఇవి సరిపోవచ్చు, ట్రేడ్ యూనియన్ ఆఫీసుకు వెళ్దాం అన్నాడు.

ఆఫీసు అన్న మాట పెద్దది, అది చిన్న రేకుల షెడ్డు. తాళమేసి ఉంది. మంజు వాళ్ళ బంధువు అక్కడికి చేరడానికి మరో 45 నిమిషాలు పడతాయని చెప్తే, ఈలోగా టిఫిన్ చేసొద్దామని రాహుల్ సలహా ఇచ్చాడు. దగ్గర్లోని ఒక హోటల్ దగ్గరకు చేరారు. టిఫిన్లు, ఫిల్టర్ కాఫీలు ఆర్డర్ చేసి, మాట్లాడుకుంటూ అల్పాహారం ముగించే సమయానికి మంజూకి ఏదో ఫోన్ రావడంతో, తను బయటకి వెళ్ళి మాట్లాడి వచ్చాడు. రాహుల్‌కి క్షణక్షణానికి సస్పెన్స్ పెరిగిపోతుంది. మంజూ తన దగ్గర ఏదో దాస్తున్నాడన్న నమ్మకం మెల్లగా బలపడుతోంది. మంజూ ఒంటరిగా దొరికితే నిలదీద్దామని నిర్ణయించుకున్నాడు. ఆ అవసరం రాకుండా మంజూయే చెప్పేశాడు, రెండో రౌండ్ కాఫీలు తాగుతుండగా. "ఇందాక మీరు కంగారుపడతారని చెప్పలేదు. బెంగుళూరు నుండి మనల్ని ఎవరో ఫాలో చేస్తున్నారని గమనించి కార్ రెజిస్ట్రేషన్ నంబర్ ఒక స్నేహితుడికి పంపించి వివరాలు కనుక్కోమన్నాను. మనకి ఒక గుడ్ న్యూస్, ఒక బ్యాడ్ న్యూస్. గుడ్ న్యూస్ ఏంటంటే ఆ బండి ఒక బిల్డర్ దగ్గర పనిచేసే గూండాది."

"అది గుడ్ న్యూస్ ఎలా అవుతుందిరా", అన్నాడు రాహుల్. "ఎందుకంటే వాడు బెదిరించి వసూలీలు చేసే టైపు, మర్డర్లు చేసే టైపు కాదు కాబట్టి", అన్నాడు మంజూ.

"మరి బ్యాడ్ న్యూస్ ఏంటి?" అనడిగింది శ్రుతి. "ఆ బండి ఇందాక టోల్ ప్లాజా దగ్గర ఆగిపోయింది."

"అది బ్యాడ్ న్యూస్ ఎలా అవుతుందిరా", అన్నాడు రాహుల్. "ఎందుకంటే ఇప్పుడు మనల్ని ఎవరు ఫాలో చేస్తున్నారో, ఎవరు ఏం ప్లాన్ చేసారో మనకి తెలియదు కాబట్టి".

శ్రుతి తల పట్టుకుంది.

"అలా అని భయపడాల్సింది ఏం లేదు. ఇక్కడ మా మావయ్యకి మంచి నెట్‌వర్క్ ఉంది. అతని దగ్గర మనం సేఫ్ గా ఉంటాం" అని ధైర్యం చెప్పాడు మంజూ.

మధ్యలో హేమంత్ కాల్ చేశాడు, శిశిర్ చేరిపోయాడని, అరవింద్ ఇప్పుడు చాలా బెటర్‌గా ఉన్నారని, చైత్ర ఈ రాత్రికి కేరళ తిరిగెళ్ళిపోతుందని, తను కూడా ఒకటి రెండు రోజుల్లో ముంబైకి వెళ్తానని చెప్పాడు.

కృష్ణగిరిలో శివానీ గురించి కనుక్కోడానికి వచ్చామని, రాత్రికి తిరిగి వచ్చేస్తామని చెప్పింది శ్రుతి.

నలుగురూ మళ్ళీ ట్రేడ్ యూనియన్ ఆఫీసుకి చేరారు. మంజూ మామయ్య ఎదురొచ్చి పలకరించాడు. తాళం తీసి లోపలకి అందరినీ రమ్మన్నారు. ఆఫీసులో ఒక మూలకి ఒక టేబల్, కుర్చీ ఉన్నాయి. టేబల్ మీద ఒక కంప్యూటర్ మానిటర్, కీబోర్డ్ ఉన్నాయి. అక్కడ రెండే కుర్చీలుండడంతో, శ్రుతిని కూర్చోమని, వాళ్ళంతా నిలబడ్డారు

కాసేపు కంప్యూటర్‌లో ఏవో వెతికి, "శంకర్ గురించి ఇక్కడ ఏం వివరాలు లేవు. బహుశా ఈ మధ్యే చేరి ఉంటాడు, అందుకే మెంబర్షిప్ ఇంకా తీసుకోలేదు లేదా వేరే యూనియన్‌లో చేరి ఉండొచ్చు" అన్నారు.

అది విని నలుగురూ నిరాశపడ్డారు.

అంతలోనే మంజూ వాళ్ళ మామయ్య "అయినా తన గురించి కనుక్కోవచ్చు. నో ప్రాబ్లెమ్" అని ధైర్యం చెప్పాడు.

ఒక్క నిమిషం అని చెప్పి, పక్కకు వెళ్ళి ఒక ఫోన్ కాల్ చేశారు, తమిళ్‌లో ఏదో మాట్లాడి, తిరిగి తన టేబల్ దగ్గరికి వచ్చారు.

"నా స్నేహితుడుకి కూడా ఒక గ్రానైట్ ఫ్యాక్టరీ ఉంది. తనకి దాదాపు ఇక్కడి గ్రానైట్ ఫ్యాక్టరీ ఓనర్లు అందరూ తెలిసిన వాళ్ళు. వాళ్ళకు ఒక వాట్సాప్ గ్రూప్ ఉందట. ఈ మధ్య ఒక స్ట్రైక్ కూడా చేశారు గ్రానైట్ ఓనర్లు, జీఎస్టీ గురించి. ఆ గ్రూప్‌లో శంకర్ గురించి అడిగి చూస్తానన్నాడు" అన్నారు.

"ఎప్పటికి తెలియవచ్చు మామ?" అనడిగాడు మంజూ.

"ఇప్పుడు 10:30 అయ్యింది, 12 కంతా తెలియవచ్చు" అన్నాడు.

"సరే. మేము కార్‌లో వెయిట్ చేస్తామని" వెళ్ళబోతూ ఆగి, "మామా, ఇందాక మమ్మల్ని ఆ బిల్డర్ శెట్టి మనుషులు ఫాలో చేశారు. ఇక్కడ వాళ్ళ మనుషులు ఎవరైనా మమ్మల్ని ఫాలో గానీ అటాక్ గానీ చేస్తారా?", అనడిగాడు. మామయ్య కాసేపు ఆలోచించి, "ఇక్కడంతా లోకల్ నెట్వర్క్ మంజూ, రౌడీలైనా, పోలీసులైనా, రాజకీయ నాయకులైనా. బయటవాళ్ళని ఇక్కడ నిలవనివ్వరు. అయినా మీకు ఏమైనా భయం ఉంటే నా మనుషుల్ని మీకు తోడుగా పంపిస్తాను, మీరు తిరిగి వెళ్ళే వరకు మీతో ఉంటారు."

"థాంక్యూ అండి. మాకు కాస్త ధైర్యంగా ఉంటుంది", అన్నాడు రాహుల్.

ఈ సారి కుర్చీలో కూర్చొనే కాల్ చేసి, అవతలవారికి వెంటనే ఆఫీసుకి రమ్మని చెప్పాడు. వాళ్ళు అర గంటలో వస్తారని మంజూతో చెప్పాడు. అందాక కార్‌లో వెయిట్ చేస్తామని నలుగురూ బయటకు వచ్చారు.

అందరూ కార్‌లో కూర్చున్నాక సాగర్ ఏసీ ఆన్ చేశాడు.

శ్రుతి "నేను ఒక సారి మాలతికి కాల్ చేస్తా", అని ఫోన్ చేసింది. మాలతి బిజీగా ఉందేమో. కాల్ రిసీవ్ చేసుకోలేదు.

"గంటన్నర ఏం చేద్దాం?" అన్నాడు రాహుల్. "మామ ఏం చెప్తాడో చూసాకే ఏమైనా ప్లాన్ చెయ్యగలం" అన్నాడు మంజు.

శ్రుతి మళ్ళీ ఎవరికో ఫోన్ చేసింది.

"హలో నిర్మల గారు. నేను శ్రుతి.

అవునండి. మేము కృష్ణగిరిలో ఉన్నాం. శంకర్ గురించి వాకబు చేస్తున్నాం. మీరు మీ ఫ్రెండ్, అదే ఇన్‌స్పెక్టర్ తో మాట్లాడారా?

ఓహ్. గుడ్. ఏమైనా తెలిస్తే నాకు మెసేజ్ గానీ కాల్ గానీ చెయ్యండి ప్లీజ్.

థాంక్ యూ నిర్మల గారు" అని కాల్ కట్ చేసింది.

ఏమైంది అన్నట్టు కార్లో మిగిలిన వాళ్ళు శ్రుతిని చూశారు.

“నిన్న నిర్మల గారు చెప్పారు కదా. ఇన్స్పెక్టర్ తనకు పరిచయమని. ఆ ఇన్స్పెక్టర్ సుబ్బారావు కాల్ రికార్డ్స్ చెక్ చేస్తున్నారంట. తాంత్రికుడి నంబర్ తెలిస్తే, లోకేషన్ ఇంకా త్వరగా కనుక్కోవచ్చని ప్రయత్నిస్తున్నారంట” అని వివరించింది శ్రుతి.

“మేక్స్ సెన్స్. మరోసారి నరబలి జరిగితే సిటీలో రాజకీయ నాయకులకి సమస్యగా మారొచ్చు. అసలే ఎలెక్షన్స్ టైం” అన్నాడు సాగర్. “నరబలేంటి?” అని భయపడుతూ అడిగాడు మంజు, రాహుల్ క్లుప్తంగా చిన్నీ గురించి చెప్తుండగా ఇద్దరు యువకులు ఒక బైక్ మీద వచ్చారు. షెడ్ లోపలికి వెళ్ళి 2-3 నిమిషాలున్నారు, తర్వాత మంజూ వాళ్ళ మామయ్య, ఇద్దరు యువకులు బయటకి వచ్చి కార్ వైపు చూస్తూ మరో నిమిషం పాటు మాట్లడుకున్నారు. “వాళ్ళే మనకి బాడీగార్డ్స్ అనుకుంటా” అన్నాడు మంజూ. మామయ్య రమ్మని సైగ చేస్తే మంజూ, సాగర్ కార్ దిగి షెడ్ దగ్గరకు వెళ్ళారు. వాళ్ళకు ఇద్దరబ్బాయిల్ని పరిచయం చేసి, “మీరు బెంగుళూరు తిరిగివెళ్ళే వరకు వీళ్ళు మీతో ఉంటారు. సరే మీరు కార్లో కూర్చొండి నేను ఇన్ఫర్మేషన్ రాగానే చెప్తాను”, అని చెప్పి లోపలకి వెళ్ళిపోయాడు.

మంజూ, సాగర్ కార్లో కూర్చున్న రెండు నిమిషాలకే మామయ్య పరుగు పరుగున ఆఫీసు నుండి బయటకు వచ్చి, వెంటనే తనని ఫాలో అవమని బైక్ మీద ఊర్లోకి బయలుదేరాడు.

నలుగురూ కాస్త కన్ఫ్యూజ్ అయ్యారు, మంజు వెంటనే తేరుకొని మామయ్య వెనక కార్ పోనిచ్చాడు.

పదిహేను నిమిషాల తర్వాత ఒక మూడంతస్తుల ఇంటి బయట బైక్ పార్క్ చేశారు మంజు వాళ్ళ మామయ్య. మంజు కూడా అక్కడికి దగ్గర్లో, రోడ్ పక్కన కార్ పార్క్ చేశాడు. నలుగురు కార్ దిగి మంజు వాళ్ళ మామయ్య దగ్గరకు వచ్చారు.

లోపలకి రండి అన్నట్టు సైగ చేశారు మామయ్య.

బయట ఎంత ఆర్భాటంగా ఉందో, లోపలంత ఆడంబరంగా ఉంది ఇల్లు.

హాల్లోకి ఐదుగురూ రాగానే, మొదటి అంతస్తు నుండి కిందకు దిగి వచ్చాడు ఒకతను. 'వాంగో రమణా' అని మంజు వాళ్ళ మామయ్యని ఒక గదిలోకి రమ్మని పిలిచి, వెనకున్న నలుగురిని సందేహంగా చూస్తుంటే రమణ ఏదో చెప్పగానే, వాళ్ళని కూడా రమ్మని చేత్తో సైగ చేశాడు.

అందరూ ఆ గదిలోకి వెళ్ళగానే, ఆ ఇంటి యజమాని తలుపు వేసి, అందరిని అక్కడున్న సోఫాల్లో, కుర్చీల్లో, కూర్చోమని చెప్పి, రమణ దగ్గరకు వెళ్ళి, తన ఫోన్ తీసి చూపించాడు. రమణ షాకయ్యి, అవునన్నట్టు తలూపాడు.

"ఏమైంది మామ?" అనడిగాడు మంజు.

కళ్ళతోనే తన స్నేహితుడ్ని అనుమతి కోరి, అతను సరే అని తలూపాక, ఆ ఫోన్ తీసుకొని వచ్చి నలుగురికి చూపించాడు.

అదొక వీడియో, స్క్రీన్ వారి వైపు తిప్పి, చూపుడి వేలితో ప్లే నొక్కాడు. స్క్రీన్ మీద శంకర్.

ఏడుస్తున్నాడు. "నా పేరు శంకర్, కృష్ణగిరి గ్రానైట్ ఫ్యాక్టరీలో పని చేస్తున్నాను. నాకో కొడుకున్నాడు. అన్నా వదినలు చనిపోతే వారి కూతురు శివానీని పెంచుకుంటున్నాము. కానీ నా భార్య సరోజకు శివానీ అంటే గిట్టదు. ఎలా అయినా తనని వదిలించుకోడానికి నన్ను రోజూ హింసిస్తూ ఉండేది. ముంబై నుండి వచ్చిన ఒక జంట శివానీని దత్తత తీసుకోడానికి కూడా ఒప్పుకోలేదు. దాని బాధ పడలేక శివానీని బెంగుళూరులో ఒక డాక్టర్ ఇంటిలో పనికి కుదిర్చి మేము కృష్ణగిరి వచ్చేసాము. డాక్టర్ శివానీని చదివించి సొంత బిడ్డలా చూసుకుంటాడని మాటిచ్చాడు. ఏ అనాథాశ్రమంలో పడేసేకంటే ఇదే నయం. పైగా డాక్టర్ కాబట్టి ఆరోగ్యం బాగా చూసుకుంటారని ఆశపడి, పాపని వాళ్ళకి అప్పగించాను" అని గట్టిగా ఏడ్చాడు కొన్ని క్షణాలు.

మళ్ళీ తమాయించుకొని,

"వాళ్ళు ఒక్క షరతు మీద పాపని పెంచుకుంటామని అన్నారు. మేము ఊరి వదిలి వెళ్ళిపోవాలని. నాకు దూరంగా వెళ్ళడం ఇష్టం లేక కృష్ణగిరికి వచ్చాను.

ఇవ్వాళ సాయంత్రం మా ఆవిడ ఫోన్ మాట్లాడుతుంటే విన్నాను. ఒక

గొప్పింటి బిడ్డ ఆపరేషన్ కోసం శివానీ కిడ్నీ లక్ష రూపాయలకు అమ్మేసింది ఈ రాక్షసి" అని భోరున ఏడ్చాడు. "నేను నా భార్య సరోజని నిలదీసి అడిగితే ఏవో టెస్టులు చేస్తే పాప కిడ్నీ సరిపోతుందని, ఆ లక్ష తనకు బ్యాంక్‌లో వేస్తామని ఆ డాక్టర్ చెప్పాడని నిజం ఒప్పుకుంది.

శివానీ కిడ్నీ అమ్మి, తన ప్రాణాలకు ముప్పు తెచ్చే డబ్బు నాకు వద్దు. ఆ డాక్టర్ వెనక ఎవరో పెద్దవాళ్ళున్నారు. వాళ్ళందరితో నేను పోరు పెట్టుకొని శివానీని కాపాడుకోలేను. నా మీద నా భార్య పెట్టిన తప్పుడు కేసుంది కాబట్టి పోలీసులు నా మాట నమ్మరు. పాపని రక్షించుకోడానికి సాయం చెయ్యడానికి నాకు స్నేహితులు లేరు. నాకు ఇది తప్ప వేరే మార్గం కనబడలేదు.

శివానీని అప్పగించిన డాక్టర్ నంబర్ ఇది" అని ఒక నంబర్ చెప్పాడు. బెంగుళూరులో డాక్టర్ అడ్రస్ పూర్తిగా తెలియదన్నాడు కానీ ఏరియా పేరు మాత్రం చెప్పాడు. "నన్ను ఇంత మోసం చేసిన నా భార్యని చంపి, నేను కూడా ఆత్మ హత్య చేసుకుంటున్నాను. నా బిడ్డని అనాథాశ్రమంలో వేసేసాను. ఎవరైనా పెంచుకోవాలంటే తన పేరు, ఫోటో ఈ వీడియో ఆఖర్న చూపిస్తాను. శివానీని కాపాడి, తనని ఆ ముంబై జంటకు దత్తత ఇచ్చేలా చూడండి, ఇదే నా ఆఖరి కోరిక" అని గుండెలవిసేలా ఏడ్చాడు. "ఈ వీడియో మీకు చేరేసరికి మేము చనిపోయి ఉంటాము. మా శవాలు మా ఇంట్లోనే ఉంటాయి" అని తన ఇంటి అడ్రసు చెప్పాడు. "దహన సంస్కారానికి కావలసిన డబ్బు నా చొక్కా జేబులో పెట్టుకున్నాను, దయచేసి ఆ డబ్బుతోనే కార్యం చేయించండి. అనాథ శవాల్లా వదిలేయకండి" అని వేడుకున్నాడు. బాబు వివరాలు ఇవి అని తన పేరు, ఫోటో చూపించి, "అమ్మా శివానీ, నన్ను క్షమించమ్మా, నువ్వు సంతోషంగా ఉండాలమ్మా..." అంటూ ఏడుస్తూ ఉండగా వీడియో ఆగి పోయింది.

రెండు నిమిషాల పాటు ఆ గదిలో ఫ్యాన్ చేసే చప్పుడు తప్ప ఏం వినబడలేదు.

"ఈమధ్యే శంకర్ నా స్నేహితుడి ఫ్యాక్టరీలోనే పనిలో చేరాడు" అని రమణ ఇంటి యజమానిని చూపించాడు. "ఈ వీడియో శంకర్ పోలీసులకి, తన తోటి పనివారికి పంపించాడంట. ఇది ఈ తెల్లవారు ఝామున జరిగింది. పోలీసులు

శంకర్, అతని భార్య శవాలను పోస్ట్‌మార్టెంకి గవర్నమెంట్ ఆసుపత్రికి పంపించారట” అని రమణ తనకు తెలిసిన సమాచారం అందించాడు ఆ నలుగురికి.

ఎవ్వరూ ఏం మాట్లాడలేదు కాసేపు.

“ఇప్పుడేం చేద్దాం?” అన్నాడు రాహుల్.

“మనం వెంటనే బెంగళూరు తిరిగి వెళ్ళాలి. శివానీ కిడ్నీ సర్జరీ ఎప్పుడు జరగబోతుందో మనకు తెలియదు, కానీ టెస్టులు నిన్న రాత్రి పూర్తి అయ్యాయి కాబట్టి, బహుశా త్వరలోనే ప్లాన్ చేసి ఉండొచ్చు. మనం ఎంత త్వరగా ఆ డాక్టర్‌ని పట్టుకోగలిగితే అంత మంచిది”, అన్నాడు సాగర్.

అందుకు శ్రుతి, “సాగర్ ఈజ్ రైట్. మనం వెంటనే బయలుదేరడం మంచిది” అని, రమణ గారి దగ్గరకు వెళ్ళి, “శంకర్ వాళ్ళ బాబు వివరాలు కనుక్కొని, తనని జాగ్రత్తగా చూసుకోగలరా కొన్నాళ్ళు. నేను తన దత్తత కోసం ఏర్పాట్లు చేస్తాను” అని అడిగింది. తప్పకుండానమ్మ అని భరోసా ఇచ్చారు రమణ.

నలుగురు బెంగుళూరు రవాణా అయ్యారు. వాళ్ళ వెంట మామయ్య పంపిన ఇద్దరబ్బాయిలు బైక్ మీద బయలుదేరారు.

***

11

దారిలో ఉండగా నిర్మల శ్రుతికి కాల్ చేసింది. "తాంత్రికుడి నంబర్ ట్రేస్ అయ్యింది, సెల్ టవర్ లొకేషన్ దొరికింది, ఊరి శివార్లలో ఉంది. ఎక్కువగా జనసంచారం లేని చోటంట, ఈజీగా పట్టెయ్యొచ్చని అంటున్నారు. ఈలోగా సుబ్బారావు తాంత్రికుడి దగ్గరకు వెళ్తే తన వెహికల్‌ని ఫాలో కావడానికి ఇద్దరు పోలీసులు రెడీగా ఉన్నారని, ఈ సాయంత్రం లోపు తాంత్రికుడు దొరికేలా ఉన్నాడు" అని చెప్పింది.

శ్రుతి కృష్ణగిరిలో జరిగింది టూకీగా చెప్పి, బెంగుళూరు కాసేపట్లో చేరబోతున్నామని చెప్పి కాల్ ముగించింది.

"మనం డైరెక్ట్ గా మామయ్య ఉన్న హాస్పిటల్ వెళ్దాం", అన్నాడు రాహుల్. ఎందుకు అనడిగింది శ్రుతి. "శివానీ కిడ్నీ దొంగిలించడానికి చూస్తున్న డాక్టర్ బాగా పేరూ, పలుకుబడి ఉన్నవాడై ఉంటాడని నా నమ్మకం. శంకర్‌కి డాక్టర్ ఇంటి అడ్రస్, ఫోన్ నంబర్ తెలుసు కానీ పేరు తెలియదనుకుంటా. సిటీలో నెఫ్రాలగిజిస్ట్ల గురించి శిశిర్ ఫ్రెండ్‌కు గాని, వాళ్ళ నెట్వర్క్‌లో ఎవరికైనా తెలిసి ఉండచ్చు. మన దగ్గర ఆ డాక్టర్ ఫోన్ నంబర్ ఉంది కాబట్టి తప్పకుండా ఇన్‌ఫర్మేషన్ దొరుకుతుంది" అన్నాడు రాహుల్.

ఏదో తట్టినట్టు శ్రుతి వెంటనే తన ఫోన్‌లో ట్రూ కాలర్‌లో ఆ నెఫ్రాలజిస్ట్ నంబర్ ఫీడ్ చేసింది. ఫలితం లేదు. తర్వాత టాప్ నెఫ్రాలజిస్ట్స్ ఇన్ బెంగుళూరు అని గూగల్ చేసింది. మొదటి లింక్‌లో 10-15 మంది డాక్టర్ల పేరు, వాళ్ళ క్వాలిఫికేషన్లు, అనుభవం, ఎక్కడ పని చేస్తున్నారో ఆ ఆసుపత్రి లేదా క్లినిక్ పేరు, కాంటాక్ట్ నంబర్లు ఉన్నాయి. శంకర్ చెప్పిన డాక్టర్ నంబర్ తన చేతి మీద

రాసుకొని, ఇంటర్నెట్‌లో చూపిస్తున్న డాక్టర్ల నంబర్లతో పోల్చి చూస్తుంది శ్రుతి. ఫలితం లేదు.

ఈ సారి బెంగుళూరు నెఫ్రాలజిస్ట్ అని డాక్టర్ ఫోన్ నంబర్ కూడా టైప్ చేసి గూగల్ చేసింది.

బింగో! అని పిడికిలి బిగించి, గాల్లో కొంచెం పైకి లేపి తన విజయాన్ని చాటి చెప్పింది శ్రుతి.

"డాక్టర్ ఆనంద్ మహదేవన్, ఎంబీబీఎస్, ఎండీ జెనరల్ మెడిసిన్, డీఎన్‌బీ నెఫ్రాలజీ, కిడ్నీ ట్రాన్స్‌ప్లాంట్ స్పెషలిస్ట్, 25 ఏళ్ళ అనుభవం. సిటీలో అన్ని కార్పొరేట్ హాస్పిటల్స్‌కి పని చేశాడు. రేటింగ్ అంత గొప్పగా లేకపోవడం వలన ఇందాక టాప్ నెఫ్రాలజిస్టుల లిస్టులో కనబడలేదనుకుంటా" అంది శ్రుతి.

"అడ్రస్ ఏమైనా ఉందా?" అనడిగాడి సాగర్.

చెప్పింది శ్రుతి. డాక్టర్ అడ్రస్ వీడియోలో శంకర్ చెప్పిన ఏరియాలోనే ఉంది. "కానీ మనం ఇప్పుడు అక్కడికి వెళ్ళి ఏం చెయ్యగలం?" అడిగాడు రాహుల్.

ఆలోచనలో పడ్డారు అందరూ. "మీ దగ్గర శివానీ ఉందని మా దగ్గర ఋజువులు ఉన్నాయి, వెంటనే మాతో పంపక పోతే, పోలీసులకి చెప్తామని భయపెడదాం" అన్నాడు మంజు.

అందుకు సాగర్, "నిజానికి ఇది ఆల్రెడీ ఇంటర్ సిటీ పోలీసు కేస్ అయి ఉంటుంది. కృష్ణగిరి నుండి పోలీసులు డాక్టర్ కోసం కచ్చితంగా వస్తారు ఎందుకంటే శంకర్ మరణ వాంగ్మూలంలో స్పష్టంగా పేరూ, నంబర్ చెప్పాడు కాబట్టి.

కానీ వాళ్ళకి ఫార్మాలిటీస్ ఉంటాయి, దానికి టైం పట్టవచ్చు. వాళ్ళు పోస్ట్‌మార్టెం రిపోర్ట్స్ కోసం కూడా వెయిట్ చేస్తూ ఉండొచ్చు. ఈ లోగా శివానీకి ఏం కాకుండా కాపాడగలగాలి మనం" అని అన్నాడు.

శ్రుతి ఏదో ఆలోచించి, "నిర్మల గారిని అడిగి చూడనా?" అంది.

గుడ్ ఐడియా అన్నారు రాహుల్, సాగర్.

నిర్మల గారికి ఫోన్ చేసింది కాని ఆవిడ కాల్ రిసీవ్ చేసుకోలేదు.

మళ్ళీ ఆలోచనలో పడ్డారు.

"శ్రుతి, డాక్టర్ ఉండే ఏరియాలో పోలీస్ స్టేషన్ ఉందేమో చూడు" అన్నాడు సాగర్.

శ్రుతి వెంటనే గూగల్ చేసి, డాక్టర్ ఇంటికి 1.5 కిలోమీటర్ల దూరంలో ఒక పీఎస్ చూపిస్తుంది అంది. "సరే, మనం డైరెక్ట్‌గా పోలీసులకు ఈ వీడియో చూపించి డాక్టర్ మీద కంప్లైంట్ ఇద్దాం", అన్నాడు సాగర్.

అందుకు రాహుల్, "ఇదే మనకున్న ఆప్షన్ అనిపిస్తుంది", అని అన్నాడు.

ఇంతలో శ్రుతికి మాలతి నుండి ఫోన్ వచ్చింది. కాల్ రిసీవ్ చేసుకొని, స్పీకర్ ఆన్ చేసి "హలో" అంది శ్రుతి. అటు నుండి నిశ్శబ్దం. "హలో మాలతి గారు?" అంది శ్రుతి. నిశ్శబ్దం.

ఏం జరుగుతోంది అనే సందేహం నలుగురి మనసుల్లో, మొహాల్లో ఉంది.

"పొరబాటున లాస్ట్ డయిల్ చేసిన నంబర్‌కి కాల్ వెళ్ళిపోయిందేమో" అన్నాడు మంజు.

కావచ్చు అని శ్రుతి కాల్ కట్ చెయ్యబోయింది. ఇంతలో "హలో" అని ఏదో తెలియని గొంతు వినబడింది. నలుగురు ఉలిక్కి పడ్డారు. వెంటనే మంజు కార్‌ని సైడ్‌కి ఆపాడు.

"హలో? ఎవరు" అంది శ్రుతి. రాహుల్ శ్రుతికి కాల్ రికార్డ్ చెయ్యమని సైగ చేశాడు. వెంటనే కాల్ రికార్డ్ చెయ్యడం మొదలుబెట్టింది.

"జాగ్రత్తగా వినండి. మాలతి, శివానీ మా దగ్గర ఉన్నారు. మేం చెప్పినట్టు చేస్తే ఇద్దరిని క్షేమంగా తీసుకెళ్ళొచ్చు. పోలీసులకి చెప్తే వీళ్ళ ప్రాణానికి ప్రమాదం." రోబోలు మాట్లాడినట్టు యాంత్రికంగా ఉంది ఆ గొంతు.

"సరే. మేము ఎక్కడికి రావాలో చెప్తే వస్తాం."

"లొకేషన్ పంపిస్తాం. ఇద్దరు మాత్రమే రావాలి."

సాగర్ శ్రుతి చేతిలోని ఫోన్‌ని మ్యూట్ చేసి, "అసలు మాలతి గారు, శివానీ వీళ్ళ దగ్గర ఉన్నారో లేదో మనకి కంఫర్మ్ కావాలి, నువ్వు అడుగు" అన్నాడు.

ఫోన్ అన్మ్యూట్ చేసి "మాలతి గారు, శివానీ మీ దగ్గర ఉన్నారని ఏంటి ఋజువు? వీడియో కాల్ చేసి వాళ్ళని మాకు చూపించండి" అంది శ్రుతి

అటు వైపు నుండి నిశ్శబ్దం.

"జాగ్రత్తగా వినండి. మాలతి, శివానీ మా దగ్గర ఉన్నారు. మేం చెప్పినట్టు చేస్తే ఇద్దరిని క్షేమంగా తీసుకెళ్ళొచ్చు. పోలీసులకి చెప్తే వీళ్ళ ప్రాణానికి ప్రమాదం." అంది ఆ రోబో గొంతు.

"వాళ్ళతో మాట్లాడించండి పోనీ" అంది శ్రుతి.

కొన్ని క్షణాల వరకు ఏం మాట్లాడలేదు, తర్వాత "మాలతి, శివానీ మా దగ్గర ఉన్నారు. మేం చెప్పినట్టు చేస్తే ఇద్దరిని క్షేమంగా తీసుకెళ్ళొచ్చు. పోలీసులకి చెప్తే వీళ్ళ ప్రాణానికి ప్రమాదం" అని మళ్ళీ అంది ఆ రోబో గొంతు. మొహాలు చూసుకున్నారు నలుగురు. ఇంతలో మంజు, 'నాకు తెలుసు, నేను చూసుకుంటా' అన్నట్టు సైగ చేశాడు. శ్రుతికి మాట్లాడమని సైగ చేశాడు. "సరే, లొకేషన్ పంపించండి, మేము ఇద్దరిని పంపిస్తాం" అంది

అటు నుండి ఏం మాట్లాడకుండా కాల్ కట్ చేశారు.

"ఇది వాయిస్ చేంజర్ సాఫ్ట్‌వేర్ వాడి చేసిన కాల్. కానీ వీళ్ళు అసలైన కిడ్నాపర్స్ కాదు. వీళ్ళకి ఎవరో స్క్రిప్ట్ ఇచ్చి, ఇది మాత్రమే చెప్పండి, ఇంకేం చెప్పొద్దని ఇన్‌స్ట్రక్షన్స్ ఇచ్చి ఉంటారు అందుకే చెప్పిందే చెప్తున్నారు" అన్నాడు మంజు.

"మరి ఇప్పుడేం చేద్దాం?" అడిగాడు రాహుల్.

"వీళ్ళు మనల్ని మభ్యపెట్టడానికి మాలతి గారి ఫోన్‌తో కాల్ చేస్తున్నారు. బహుశా ఆవిడ ఫోన్ కొట్టేసుంటారు. కచ్చితంగా వీళ్ళ దగ్గర మాలతి గారూ శివానీ లేరు. మనం టైం వేస్ట్ చెయ్యకుండా డాక్టర్‌ని పట్టుకోవడం మంచిది" అని మంజు అంటే "లేదు మంజూ, మనం రిస్క్ తీసుకోలేం, మనం ఒక సారి వాళ్ళు చెప్పిన చోటుకి వెళ్తే మంచిది", అన్నాడు సాగర్.

“అవున్రా, సాగర్ చెప్పింది కరెక్ట్. ఒకవేళ వాళ్ళక్కడ లేకపోతే మనకి డౌట్ తీరిపోతుంది. కానీ మనం వెళ్ళనందుకు అక్కడ మాలతి గారు, శివానీ ఏదైనా ప్రమాదంలో ఇరుక్కుంటే, మనం ఇన్నాళ్ళూ పడ్డ శ్రమ వృథా” అని రాహుల్ అన్నాడు. మంజు ఆలోచనలో పడ్డాడు. కారు దిగి ఎవరికో ఫోన్ చేశాడు. రెండు నిమిషాలు మాట్లాడి, వెనకే ఉన్న ఇద్దరు బాడీగార్డులతో మరో నిమిషం మాట్లాడి వచ్చి కార్లో కూర్చున్నాడు.

“సరే, నేనూ రాహుల్ ఆ లొకేషన్‌కి వెళ్తాం. మమ్మల్ని వీళ్ళిద్దరూ ఫాలో అవుతారు. మాకు అక్కడికి చేరడానికి దాదాపు అర గంట పడుతుంది. ఈ లోగా మీరు సిటీకి వెళ్ళండి. నేను ఆల్రెడీ నా స్నేహితులిద్దరిని మీకు తోడుగా ఉండమని చెప్పాను. వాళ్ళు 15 నిమిషాల్లో ఇక్కడికి కార్లో వస్తారు. మీరు అదే కార్లో సిటీ వెళ్ళండి. మీకు అభ్యంతరం లేకపోతే మేము ఈ కార్ తీసుకెళ్తాం.”

అందుకు సాగర్, “తప్పకుండా” అన్నాడు.

“మీ ఫ్రెండ్స్ వచ్చేవరకు వెయిట్ చేద్దామా?” అన్నాడు రాహుల్.

“మనం ఎంత త్వరగా బయలుదేరితే అంత మంచిది” అన్నాడు మంజు.

“అవును, మీరు వెంటనే బయలుదేరడం మంచిది. మీ స్నేహితుల ఫోన్ నంబర్లు మాకు ఇస్తే మేం వాళ్ళతో కాంటాక్ట్‌లో ఉంటాం. వాళ్ళు వచ్చేవరకు నేనూ శ్రుతి ఇక్కడే వెయిట్ చేస్తాం” అన్నాడు సాగర్.

ప్లాన్ ఓకే అన్నట్టు బొటను వేలు చూపించాడు మంజు, ఫోన్ నంబర్లు సాగర్‌కి పంపించాడు. ఏమైన అప్డేట్ ఉంటే ఫోన్ చేస్తాను అన్నాడు రాహుల్. జాగ్రత్త రా అంది శ్రుతి. మీరు కూడా జాగ్రత్త అన్నాడు రాహుల్. మంజు, రాహుల్ కిడ్నాపర్ల స్థావరానికి బయలుదేరారు.

సాగర్ శ్రుతి కార్ దిగి దగ్గర్లో ఉన్న చిన్న టిఫిన్ సెంటర్లో కూర్చున్నారు. సాగర్ మంజు స్నేహితుడు బోస్‌కి ఫోన్ చేసి ఎక్కడున్నదీ చెప్పాడు. “వాళ్ళు రావడానికి 10-15 నిమిషాలు పడుతుందట. మనం ఈలోగా కాఫీ తాగుదామా” అన్నాడు సాగర్. సరే అన్నట్టు తలూపింది శ్రుతి. ఆర్డర్ చేసిన నిమిషానికి కాఫీ వచ్చింది. మౌనంగా కాఫీ తాగుతున్నారిద్దరూ. శ్రుతి

మొహంలో దిగులు స్పష్టంగా కనబడుతుంది. “టెన్షన్ పడకు శ్రుతి, అంతా సర్దుకుంటుంది” అని ధైర్యం చెప్పడానికి ప్రయత్నించాడు.

“ఏమో సాగర్, నాకు ఎందుకో ప్రమాదం మెల్లగా మనందరినీ కాటేస్తుందేమో అని భయంగా ఉంది. ముందు శివానీ, తర్వాత మామయ్య, ఇప్పుడు మాలతి గారు, మంజూ, రాహుల్ కూడా. మామయ్య మొహంలో సంతోషం చూడాలన్న నా స్వార్థం కోసం ఇంతమందిని ఇబ్బంది పెడుతున్నాను. మీలో ఎవరికైనా ఏమైనా అయితే నేను ఆ గిల్ట్‌తో జీవితాంతం బ్రతకలేను” అని తలదించుకుంది.

“నువ్వు అనవసరంగా భయపడుతున్నావని అనను కానీ మరీ ఎక్కువగా ఆలోచిస్తున్నావని మాత్రం అంటాను. మంజు అన్నట్టు అక్కడ మాలతి గారు, శివానీ ఉండకపోవచ్చు. పైగా మంచి మనసుతో మీ మామయ్యకే కాదు, ఒక అనాథకి కూడా సాయం చెయ్యాలని చూస్తున్నావ్. మంచి మనసుతో చేసే ఏ పనైనా ఫెయిల్ అవ్వదు” అన్నాడు శ్రుతి కళ్ళల్లోకి చూస్తూ. “పాపం రాహుల్ టొమాటో ప్రేమ ఎందుకు ఫెయిల్ అయ్యిందో మరి”, అనేసరికి అంత బాధలోను ఫక్కున నవ్వేసింది శ్రుతి. ఇద్దరిదీ మూడ్ కాస్త తేలికపడింది.

వెయిటర్ వచ్చి కాఫీ కప్పులు తీసుకెళ్ళాడు. కాఫీ కప్పులు తీసేసిన చోట టేబల్ మీద రెండు కాఫీ మరకల వలయాలు ఏర్పడ్డాయి. పక్కనున్న చంచాతో ఒక వలయలంలో రెండు కళ్ళూ, ఒక చిరునవ్వుతో స్మైలీ గీశాడు సాగర్. “నువ్వు ఇలా ఉంటేనే బాగుంటావ్” అన్నాడు. తను కూడా ఒక చెంచాతో రెండో కాఫీ వలయలంలో రెండు కళ్ళూ, తిరగేసిన అర్ధచంద్రాకరంతో బాధపడుతున్న స్మైలీ గీసి, “ఇలా ఉంటే బాగుండనా అయితే?” అంది కోపం నటిస్తూ. నీతో చాలా కష్టం అనుకున్నాడు మనసులో, బయటకి మాత్రం, “నువ్వు ఎలా ఉన్నా బాగుంటావ్” అన్నాడు. శ్రుతి మురిసిపోయింది. ఇంతలో బోస్ కాల్ చేశాడు. మరో 2 నిమిషాల్లో అక్కడికి చేరుకుంటాం, మీరు టిఫిన్ సెంటర్ బయటకి రండి అని. బిల్ చెల్లించి బయటకి నడుస్తూ, “తిట్టనూ కొట్టను అని మాటిస్తే నిన్నోటి అడుగుతా” అన్నాడు. “నిన్ను తిట్టే, కొట్టే చాన్స్ వస్తే వదులుతాననుకున్నావా?” అంది కళ్ళెగరేస్తూ. "అబ్బా, ప్లీజ్ శ్రుతి!” “సరే సరే, అడుగు.”

"అవినాష్ నీకోసం ఏం స్టంట్లు చేశాడు?" అనడిగాడు భయంభయంగా. "ఇక్కడ కిడ్నాపులు, చేజులు, సస్పెన్సులు నడుస్తుంటే నీకు అవినాష్ గురించి అడగాలని ఎలా తోచింది స్వామీ?"

"ఏదో చిన్న క్యూరియోసిటీ."

"అదే ఎందుకూ అని?"అలా శ్రుతి సూటిగా అడిగేసరికి ఇరుకునపడ్డాడు సాగర్. ఇంతలో బోస్ ఫోన్ చేసి కాపాడాడు. టిఫిన్ సెంటర్ బయట తెలుపు రంగు స్విఫ్ట్ ఆగి ఉంది, అదే తన కార్ అని చెప్పాడు. కార్ కనిపించగానే వెళ్ళి డ్రైవర్ సీట్‌లో ఉన్న వ్యక్తితో "బోస్?" అడిగాడు సాగర్. "అవునండి, మీరు సాగర్ కదూ?" అని ఎదురు ప్రశ్న వేశాడు. అవునని "తను శ్రుతి" అని పరిచయం చేశాడు. "హలో అండి, రండి మనం బయలుదేరుదాం" అన్నాడు బోస్.

సాగర్, శ్రుతి కారెక్కి కూర్చున్నాక, బోస్ తనతో వచ్చిన మరో స్నేహితుడు డేవిడ్‌ని పరిచయం చేశాడు. "అసలు పరిచయంలేని మా కోసం అడిగిన వెంటనే సాయం చేస్తున్నారు, చాలా థాంక్సండి" అంది శ్రుతి. "అయ్యో, పర్వాలేదండి. మంజు నాకు బాల్య మిత్రుడు. అందరికీ సాయం చేస్తాడు, చాలా కొద్దిమందినే సాయం అడుగుతాడు. అందుకే వాడు ఏదైనా చెయ్యమని అడగడమే తడువుగా చేస్తాం మేము" అన్నాడు బోస్. "అవును, ఎనీథింగ్ ఫర్ మంజు. సరే ఇప్పుడు ప్లాన్ ఏంటి?" డేవిడ్ అడిగాడు.

"కిడ్నాపర్ల కాల్ రాకముందు వరకు పోలీస్ స్టేషన్‌కి వెళ్ళి వీడియో చూపించి డాక్టర్‌ని పట్టుకొనే ప్రయత్నం చేద్దామనుకున్నాం", చెప్పాడు సాగర్. "నాకు మంజు అంతా క్లుప్తంగా చెప్పాడు. మనం పోలీసులని ఆశ్రయించడమే మంచిదని అనుకుంటున్నాను. ఏమంటావ్ డేవిడ్?" అన్నాడు బోస్. "అవును, అదే సేఫ్ కూడా. డాక్టర్ ఆనంద్ మహదేవన్ చిన్నా చితకా క్రిమినల్ కాదు. ఇదివరకోసారి కిడ్నీ ర్యాకెట్‌లో పట్టుబడ్డాడు. పెద్దవాళ్ళతో, పలుకుబడున్న వాళ్ళతో కనెక్షన్స్ ఉన్నాయేమో, చాలా త్వరగా బయటపడటమే కాకుండా మామూలుగానే ప్రాక్టీస్ కూడా చేస్తున్నాడు. మనం పోలీసులని ఇన్వాల్వ్ చెయ్యడమే మంచిది" అని చెప్పుకొచ్చాడు డేవిడ్.

మరో 30 నిమిషాల్లో పీఎస్ చేరుకున్నారు నలుగురూ.

బోస్‌కి తెలిసిన ఏరియా కాబట్టి తేలిగ్గానే కనిపెట్టేశాడు పోలీస్ స్టేషన్‌ని. స్టేషన్ లోపల 5-6 మంది పోలీసులున్నారు. "ఇన్‌స్పెక్టర్ గారున్నారా?" అని బోస్ అడిగాడు ఒక కానిస్టేబుల్‌ని. లోపలున్నారు, 5 నిమిషాలు వెయిట్ చెయ్యండని చెప్పాడు కానిస్టేబుల్.

పది నిమిషాల తర్వాత, ఒక కానిస్టేబుల్ భోజనం చేసి ఉన్నట్టు కనబడుతున్న ఒక పెద్ద ఎంగిలి పళ్ళెం, ఒక క్యారియర్‌తో బయటకు వచ్చాడు.

అప్పుడు టైం చూసుకున్నారు శ్రుతి, సాగర్. టైం మధ్యాహ్నం 1:15.

"ఇప్పుడు లోపలకి వెళ్ళొచ్చా?", అని ఇందాక మాట్లాడిన కానిస్టేబుల్‌ని అడిగాడు బోస్, ఒక్క నిమిషం ఉండండని, లోపలకి వెళ్ళి, అర నిమిషంలో బయటకు వచ్చి, వెళ్ళండి అన్నాడు.

నలుగురూ ఇన్‌స్పెక్టర్ గదిలోకి వెళ్ళి నిలబడ్డారు. చేతులు న్యాప్కిన్‌కి తుడుచుకుంటూ, వాళ్ళని కూర్చోమని సైగ చేశాడు ఇన్‌స్పెక్టర్. రెండే కుర్చీలుండడంతో శ్రుతి, సాగర్ కూర్చున్నారు.

చెప్పండి అన్నాడు శ్రుతి వైపు చూస్తూ, శ్రుతి కాస్త భయపడుతూ, కంగారు పడుతూ శివానీ గురించి మొత్తం కథ క్లుప్తంగా చెప్పింది. సాగర్ శంకర్ సూసైడ్‌కు ముందు తీసిన వీడియో చూపించాడు. "ఈ పాప తప్పిపోయిందని ఎవరైనా మిస్సింగ్ కంప్లైంట్ ఇచ్చారా సర్?" అని శివానీ ఫోటో చూపించింది శ్రుతి. ఇన్‌స్పెక్టర్ ఆలోచనలో పడ్డాడు. కానిస్టేబుల్‌ని పిలిచి శివానీ ఫోటో చూపించి, ఒకసారి చెక్ చెయ్యమని పురమాయించాడు.

"మీరు చూపించిన సూసైడ్ వీడియో ఈ నంబర్ కు పంపండి", అని పక్కన బోర్డ్ మీద ఉన్న నంబర్ చూపించాడు ఇన్‌స్పెక్టర్. "శ్రీకాంత్, కృష్ణగిరిలో ఈ మర్డర్ - సూసైడ్ జరిగిన సంఘటన అక్కడి లోకల్ పోలీస్ స్టేషన్‌కి ఫోన్ చేసి కంఫర్మ్ చేసి నాకు మెసేజ్ చెయ్యి", అని ఒక సబార్డినేట్‌కి చెప్పాడు.

"మీలో ఒకరు ఇక్కడ కంప్లైంట్ ఫైల్ చెయ్యడానికి ఉండండి, మిగిలిన వాళ్ళు నాతో రండి. 10 నిమిషాలు బయట వెయిట్ చెయ్యండి", అని నలుగురికి

చెప్పి, ఇద్దరు కానిస్టేబుల్స్‌ని లోపలకి పిలిచాడు ఇన్‌స్పెక్టర్ .

"శ్రుతి, నీకే కేస్ వివరాలు తెలుసు, పైగా మాలతి గారి కిడ్నాపర్ల కాల్ రికార్డింగ్ కూడా నీ దగ్గరే ఉంది. నువ్వూ బోస్ ఇక్కడ ఉండి ఎఫ్ఐఆర్ రాయించండి. నేనూ, డేవిడ్ పోలీసులతో వెళ్తాం", అన్నాడు సాగర్. "కిడ్నాపర్ల గురించి చెప్తే వాళ్ళు మాలతి గారిని శివానీని ఏమైనా చేస్తారేమో?", అంది శ్రుతి భయపడుతూ.

బోస్ కల్పించుకొని, "అలాంటిదేం జరగదండి. అసలు కిడ్నాపర్లైతే డబ్బు అడగాలి, లేదా ఇంకేమైనా డిమాండ్ చెయ్యాలి. వీళ్ళు రెండు లైన్లకి మించి మాట్లాడలేదంటే వీళ్ళ ఉద్దేశం మనల్ని డైవర్ట్ చెయ్యడం మాత్రమే. అయినా మీకు భయమైతే మంజు కాల్ చేసేవరకు చూడండి. నాకు తెలిసి మరో అరగంటలో మనకి ఏ విషయమూ తెలుస్తుంది. దాన్నిబట్టి అప్పుడు డిసైడ్ చేద్దాం. ప్రస్తుతానికి డాక్టర్ మన టార్గెట్" అన్నాడు.

"అవును శ్రుతి. శివానీ డాక్టర్ పాలిట బంగారు బాతు. శివానీ పిన్నికి లక్ష ఇచ్చాడంటే వాడికి కనీసం కోటి వస్తుందేమో. పైగా సర్జరీకి అన్ని టెస్టులు పూర్తయ్యాయి. ఇలాంటి పరిస్థితుల్లో శివానీ కనబడకపోతే డాక్టర్ ఈ పాటికి మిస్సింగ్ కంప్లైంట్ ఇచ్చి ఉండాలి. తనని ఎక్కడో క్షేమంగా దాచిపెట్టి ఉంటాడు. అసలు వాళ్ళ దగ్గర శివానీ ఉందన్న ఋజువు కూడా లేదు" అని సాగర్ కూడా బోస్‌తో ఏకీభవించాడు.

శ్రుతి, బోస్ ఇద్దరూ కంప్లైంట్ ఫైల్ చెయ్యడానికి పోలీస్ స్టేషన్‌లో ఉన్నారు. పది నిమిషాల్లో బోస్ కార్‌లో సాగర్, డేవిడ్, పోలీస్ జీప్‌లో ఇన్‌స్పెక్టర్ , మరో కానిస్టేబుల్, డాక్టర్ ఇంటికి బయలుదేరారు.

డాక్టర్ ఇంటికి చేరాక, ఇన్‌స్పెక్టర్ , కానిస్టేబుల్ జీప్ దిగి లోపలకి వెళ్ళారు. కార్ దిగి సాగర్, డేవిడ్ అక్కడే ఆగాలా, లోపలకి వెళ్ళాలా అన్న సందిగ్ధంలో ఉన్నారు. ఇన్‌స్పెక్టర్ రెండడుగులు వెనక్కి వేసి, మీరూ రండి అన్నట్టు సైగ చేశాడు. ఇద్దరూ ఇన్‌స్పెక్టర్ వెనక ఇంటిలోకి వెళ్ళారు. కానిస్టేబుల్‌కి ఏదో చెప్పాడు ఇన్‌స్పెక్టర్, తలూపి ఇంటి వెనక భాగానికి వెళ్ళాడు కానిస్టేబుల్.

డాక్టర్ భార్య కాబోలు, వచ్చి ఇన్స్పెక్టర్‌ని ఏమైంది అని అడిగింది. డాక్టర్ ఎక్కడ అనడిగాడు ఇన్స్పెక్టర్.

"ఆయన క్లినిక్‌లో ఉన్నారు" అని చెప్పి, ఏమైందని మళ్ళీ అడిగింది. "వెంటనే ఫోన్ చేసి ఇక్కడకు రమ్మనండి" అన్నాడు ఇన్స్పెక్టర్. "నా ఫోన్ తెస్తా", అని లోపలకి వెళ్ళబోతుంటే, నా ఫోన్ నుంచి చెయ్యండని తన ఫోన్ ఇచ్చాడు ఇన్స్పెక్టర్.

డాక్టర్ భార్యలో భయం క్షణక్షణానికి పెరుగుతుంది, ఇన్స్పెక్టర్ ఫోన్ తీసుకొని అలాగే నిలబడి పోయింది. "ఏం మీ ఆయన నంబర్ గుర్తు లేదా?" అని కాస్త కటువుగా గద్దించాడు. తుళ్ళిపడి, ఫోన్‌లో డాక్టర్ నంబర్ డయిల్ చేసింది. స్పీకర్ ఆన్ చెయ్యమని చెప్పాడు ఇన్స్పెక్టర్ .

హలో అని తన భార్య గొంతు తెలియని నంబర్ నుండి రావడం వలన కాబోలు డాక్టర్ కూడా కంగారు పడ్డాడు. "సింధూ, ఏమైంది?" అనడిగాడు.

అప్పుడు ఇన్స్పెక్టర్ , "మీరు ఇంటికి వస్తే చెప్తాం, ఇప్పుడెక్కడ ఉన్నారు?" అని అడిగాడు.

"క్లినిక్‌లో ఉన్నాను, 15 నిమిషాల్లో వస్తాను, నా భార్యని ఏం చెయ్యకండి", అని ప్రాధేయపడ్డాడు.

"మీ భార్య సేఫ్‌గా ఉన్నారు, మీకేం భయం లేదు. మీరు ఎంత త్వరగా వస్తే అంత మంచిది", అని కాల్ కట్ చేశాడు ఇన్స్పెక్టర్.

సరిగ్గా పదిహేనంటే పదిహేను నిమిషాల్లో ఇంట్లో వాలాడు డాక్టర్ ఆనంద్ మహదేవన్.

వచ్చీ రాగానే... "మీరు మాతో స్టేషన్‌కి రావాలి." అని డాక్టర్‌తో అన్నాడు ఇన్స్పెక్టర్.

"స్టేషన్‌కా? నేనా? ఎందుకు? డు యూ నో హూ ఐ యామ్?"

"ఒక మనిషి మరణ వాంగ్మూలంలో మీ మీద అభియోగాలున్నాయి, మీ మీద ఇదివరకే కొన్ని కేసులు కూడా ఉన్నాయి" అని ఇన్స్పెక్టర్ చెప్పగానే

“ఎవరి మరణ వాంగ్మూలం? నాకేం సంబంధముంది దాంతో? అయితే ఇప్పుడు అరెస్ట్ చేస్తారా? అరెస్ట్ వారంట్ ఉందా?” అంటూ దబాయించడానికి చూశాడు డాక్టర్ మహాదేవన్.

“ఈ కేసులో మిమ్మల్ని తీసుకుపోవడానికి వారెంట్ అవసరం లేదని మీకూ తెలుసు ఐ హోప్ యూ నో, హౌ బిగ్ ఎ క్రైమ్ ఇల్లీగల్ ఆర్గన్ హార్వెస్టింగ్ ఈజ్”

ఆ మాటతో ఈ విషయం వీళ్ళకెలా తెలిసిందని స్టన్ అయి పోయాడు డాక్టర్ మహాదేవన్.

“చూడండి ఇన్స్పెక్టర్, మనం విడిగా మాట్లాడుకొని ఒక ఒప్పందానికి వద్దాం. దీన్నో పెద్ద ఇష్యూ చెయ్యొద్దు.” అన్నాడు.

“ఒప్పందమా? డ్యూటీలో ఉన్న ఆఫీసర్‌కి లంచం ఇస్తున్నావా?” కోపంగా అడిగాడు ఇన్స్పెక్టర్.

“తెలియనట్టు మాట్లాడకండి. ఇందులో మీ పోలీసుల చెయ్యి లేకుండా ఇంత దూరం వస్తుందా వ్యవహారం? నాకు నీతులు చెప్పకండి” డాక్టర్ చాలా ధీమాగా సమాధానమిచ్చాడు.

“కానీ నేను అలాంటివాణ్ణి కాదు.”

“ఎలాంటివాళ్ళైనా కొన్ని సార్లు మారకతప్పదు. నా ఇన్‌ఫ్లుయెన్స్ ఎంతో చూపిస్తా,” అని ఫోన్ తీసి కాల్ చెయ్యబోతుంటే అడ్డుకున్నాడు ఇన్‌స్పెక్టర్.

“ఆ పాపను మీకు దత్తతిచ్చిన శంకర్ సూసైడ్ చేసుకున్నాడు. చేసుకునే ముందు మీ భాగోతం వీడియోలో చెప్పి మరీ చనిపోయాడు.”

ఇది అంత సులభంగా తొలగిపోయే సమస్య కాదని అర్థమయ్యింది డాక్టర్‌కి. సోఫాలో కూలబడిపోయాడు. ఆలోచనలో పడ్డాడు. క్రిమినల్స్‌కి ఆలోచించే సమయం ఇవ్వకూడదని నమ్మే మనిషి ఇన్‌స్పెక్టర్. “మీరు వెంటనే ఆ పాప ఎక్కడుందో చెప్పకపోతే మా పద్ధతిలో మేం ముందుకుపోతాం. అంతే కాదు, ఈ వీడియోని మీ ఫోటో, పేరు, మీ పాత కేసుల చిట్టాతో కలిపి ప్రెస్ మీట్ పెట్టి రిలీజ్ చేస్తే మిమ్మల్ని కాపాడడానికి ఎవ్వడూ రాడు. జైల్లో చిప్ప కూడు గ్యారంటీ”, అని వజ్రాయుధం వాడేశాడు.

“ఏవండీ, పాప ఎక్కడుందో చెప్పేయండి” అంటూ బ్రతిమాలింది డాక్టర్ భార్య.

“నీకేం తెలియదు, నువ్వు నోర్ముయి” అని భార్యను గదిమాడు.

“మీ మీద ఇదివరకే కొన్ని కేసులున్నాయి. మీరు ఇప్పటికే చాలా పెద్ద సమస్యలో చిక్కుకున్నారు. ఆ పాపని ఎక్కడ దాచారో చెప్పేస్తే మిమ్మల్ని వొదిలేస్తాం.” అని ఆశ చూపాడు ఇన్స్పెక్టర్.

ఇది పోలీసులు అందరిమీదా వాడే అస్త్రమేనని మౌనంగా ఉన్నాడు డాక్టర్ మహాదేవన్.

కానీ “వొదిలేస్తాం” అనే మాట వినగానే భార్య, హాస్పిటల్ పేరు, లొకేషన్ చెప్పేసింది. విస్తుపోయి చూస్తూ ఉండిపోయిన డాక్టర్ని లాక్కెళ్ళి జీపెక్కించారు పోలీసులు. వెంటనే తన టీమ్లో వాళ్ళకి హాస్పిటల్ వివరాలు ఇచ్చి, ఆ పాపని తక్షణం రెస్క్యూ చెయ్యమని చెప్పాడు ఇన్స్పెక్టర్.

సాగర్, డేవిడ్ పోలీస్ స్టేషన్ చేరాక శివానీ గురించి ఎవ్వరూ మిస్సింగ్ పర్సన్ కంప్లైంట్ ఇవ్వలేదని అక్కడ కానిస్టేబుల్ రికార్డులు చూసి చెప్పాడని చెప్పింది శ్రుతి. “సో శివానీ డాక్టర్ దగ్గరే సేఫ్గా ఉందేమో. రాహుల్ ఏమైనా ఫోన్ చేశాడా?” అడిగాడు సాగర్. లేదని చెప్పింది. “వచ్చిన పని పూర్తయ్యింది కాబట్టి మీరు ఇక వెళ్ళొచ్చు, శివానీ గురించి ఏమైనా తెలిస్తే వెంటనే మీకు ఇన్ఫార్మ్ చేస్తాం”, అని ఇన్స్పెక్టర్ ఇన్డైరెక్ట్గా వెళ్ళమని చెప్పేశాడు. నలుగురూ కార్లో కూర్చున్నారు, తర్వాత ఏం చేద్దాం అని ఆలోచిస్తుండగా మంజు ఫోన్ చేశాడు బోస్కి. “గుడ్ న్యూస్ ఏంటంటే ఇక్కడ మాలతి గారు, శివానీ లేరు.” అని మొదలుపెట్టాడు మంజు. హమ్మయ్యా అనుకున్నారు నలుగురు.

“మేము వెళ్ళిన చోటు ఒక పాడుబడ్డ గొడౌన్లా ఉంది. మేము లోపలికి వెళ్ళాక, ఎవరో కుర్రాడు మా కార్ టైర్ గాలి తీయడానికి ప్రయత్నిస్తుంటే మామయ్య పంపిన మనుషులు వాణ్ణి పట్టుకున్నారు. పాపం వాడికి తెలియదు కదా వీళ్ళు వెనక వస్తున్నారని. కొంచెం గట్టిగా అడిగితే తెలిసింది ఏంటంటే తను

ఒక ఇంజినీరింగ్ స్టూడెంట్. క్రిమినల్ అయితే కాదు గానీ డబ్బు అవసరం ఉండి ఇలాంటి చిన్నా చితకా పనులు చేస్తుంటాడు. మాలతి ఫోన్, మన కాంటాక్ట్ నంబర్, చెప్పాల్సిన రెండు లైన్ల స్క్రిప్ట్ ఎవరో ఇచ్చారంట. అలా ఫోన్ చేసి మనల్ని రప్పించాక, అక్కడే గొడౌన్లో కట్టిపడేస్తే పాతిక వేలిస్తానని చెప్పాడట. పేరు తెలియదన్నాడు కానీ అడ్వాన్స్ ఐదు వేలు ఒక ఫోన్ నుండి పంపించాడని ఆ నంబర్ ఇచ్చాడు. సదరు మాస్టర్ మైండ్ పేరు సుబ్బారావు." అని జరిగింది చెప్పాడు మంజు.

సుబ్బారావంటే హాస్టల్లో మాలతిని బెదిరించిన వాడే కదా అన్నాడు సాగర్. అవునని తలూపింది శ్రుతి.

"సరే, ఇప్పుడు ఆ కుర్రాడి సంగతేంటి?", అడిగాడు బోస్. "ఏముంది? పోలీసులకి అప్పగించడమే!", అన్నాడు మంజు. వెంటనే 'సార్, సార్, ప్లీజ్ సార్, నా ఫ్యూచర్ పాడవుతుంది సార్", అంటూ ఎవరో బ్రతిమాలడం వినిపించింది. "ఇవన్నీ ఇలాంటి వెధవ పనులు చెయ్యకముందు ఆలోచించుకోవాలి" అన్నాడు మంజు కటువుగా. "సార్, మా నాన్న టాక్సీ డ్రైవర్. చెయ్యని యాక్సిడెంట్ నెత్తిన వేసుకుంటే లక్ష రూపాయలిస్తామని, ఒక బిజినెస్ మ్యాన్ మోసం చేశాడు. నాన్న జైల్లో ఉన్నాడు. అప్పిచ్చిన వాళ్ళు ఇంటిమీదకి వచ్చి గొడవ చేస్తుంటారు. అమ్మని అనరాని మాటలని అవమానిస్తుంటారు", అని వెక్కి వెక్కి ఏడ్చాడు. "అందుకే ఎలా అయినా అప్పు తీర్చేయాలని ఇలాంటివి చేస్తుంటాను కానీ ఎవ్వరికీ హాని కలిగించను సార్, నన్ను నమ్మండి. అసలు సుబ్బారావు మీ ఇద్దరి మీద టేజర్ వాడి షాక్ ఇమ్మని చెప్పాడు కానీ నాకు చేతులు రాలేదు. అందుకే కార్లో గాలి తీసేద్దామనుకున్నాను. నన్ను నమ్మండి సార్" అని ప్రాధేయపడ్డాడు.

రాహుల్ కల్పించుకొని, "వదిలేద్దాం రా పాపం" అన్నాడు. "సరే, నీకు ఎవరు ఇలా చెయ్యమన్నారో చెప్పు, వీడియో తీసి ఉంచుకుంటాం మా సేఫ్టీ కోసం"అన్నాడు మంజు. సరే అన్నాడు కుర్రాడు. "మేము ఇక్కడ పని ముగించుకొని వస్తాం. శివానీ గురించి ఏమైనా తెలిసిందా?" అడిగాడు రాహుల్. లేదని చెప్పాడు సాగర్. "సరే, సీ యూ సూన్" అని కాల్ ముగించాడు

మంజు.

"మనకి శివానీ ఉండే హాస్పిటల్ పేరు తెలుసు కదా? అక్కడికి వెళ్దామా?" అంది శ్రుతి ఆశగా. "మనం వెళ్ళేలోపు వాళ్ళు శివానీని ఇక్కడికి తెచ్చేస్తారు బహుశా. ఇక్కడే వెయిట్ చెయ్యడం బెటర్" అన్నాడు బోస్. "మాలతి గారు ఎక్కడున్నారో తెలియలేదింకా" అన్నాడు సాగర్. "ఇందాక నేను నిర్మల గారికి ఫోన్ చేశాను, ఆవిడ ఫోన్ స్విచ్చాఫ్ అని వస్తుంది. మాలతి గారి విషయంలో ఆవిడొక్కరే మనకి తెలిసిన కాంటాక్ట్. హాస్టల్ ల్యాండ్ లైన్ ఉందేమో అని కూడా చూశాను, గూగల్ చేస్తే నంబర్ దొరకలేదు. కాసేపాగి నిర్మల గారికే మళ్ళీ ఫోన్ చేద్దామని చూస్తున్నాను." అంది శ్రుతి.

"మాలతి గారికి హాని కలిగించే ఉద్దేశం, అవకాశం ఉన్నది ఒక్క సుబ్బారావుకే. శివానీ సేఫ్‌గా ఉంది కాబట్టి, మాలతి గారు కూడా సేఫ్ అని నేను అనుకుంటున్నాను కానీ ఒకవేళ మనకి మాలతి గారి ఆచూకీ దొరక్కపోతే మనం మళ్ళీ పోలీసుల దగ్గరికి వెళ్ళాల్సి ఉంటుంది." అన్నాడు సాగర్.

ఇన్‌స్పెక్టర్ సాగర్‌కి ఫోన్ చేసి శివానీ దొరికిందని చెప్పాడు. పాప దొరికిందని తెలియగానే శ్రుతి ఇన్‌స్పెక్టర్‌ని ఒక సారి శివానీని కలవొచ్చా అని బ్రతిమాలింది. "కంప్లైంట్ ఫైల్ అయ్యింది కాబట్టి, పాప స్టేట్మెంట్ తీసుకోవడం లాంటి ఫార్మాలిటీస్ ఉంటాయి. అయితే త్వరలోనే పాపని మీరు కలుస్తారు", అని హామీ ఇచ్చాడు ఇన్‌స్పెక్టర్ .

శ్రుతి ఆనందానికి అవధుల్లేవు అనుకొనే లోపు మరో కాల్ వచ్చింది. తెలియని నంబర్ నుండి. కాల్ ఆన్సర్ చేసి స్పీకర్ ఆన్ చేసి "హలో? ఎవరూ?" అనడిగింది శ్రుతి.

"హలో శ్రుతి గారు, నేను నిర్మలని. నా ఫ్రెండ్ ఫోన్ నుంచి చేస్తున్నాను" అంది నిర్మల.

అక్కడ చాలా గందరగోళంగా ఉంది, నిర్మల మాటలు స్పష్టంగా వినబడటం లేదు కానీ వినబడినంతలో అర్థమైంది ఏంటంటే తాంత్రికుడి అడ్డా దొరికిందని, అక్కడ ముగ్గురు ఆడ పిల్లలున్నారని.

ఒక్క సారే అన్ని మంచి వార్తలు వస్తున్నాయని ఉబ్బి తబ్బిబ్బయిపోతున్న శ్రుతికి అనుకోని షాక్ తగిలింది.

ఆ పిల్లలో చిన్నీ లేదు అని నిర్మల చెప్పింది.

ఇది విన్న వెంటనే శ్రుతికి కాళ్ళ కింద భూమి కదిలిపోయినట్లనిపించింది.

"నిరాశపడొద్దు, పోలీసులు తాంత్రికుడిని ఇంటరోగేట్ చేస్తారు, అప్పుడు చిన్నీ ఎక్కడుందో తెలియచ్చు. ప్రస్తుతం మాట్లాడలేను, కొంచెం బిజీ. ఏమైనా అప్డేట్స్ ఉంటే కాల్ చేస్తాను", అని కాల్ ముగించింది.

శ్రుతిని నిస్సత్తువ కమ్మేసింది. నోట మాట రావటంలేదు. శ్రుతి నిరాశపడుతుందని అర్థమయిన డేవిడ్ "బెంగుళూరు పోలీసులు అంత ఈజీగా వదలరు ఆ తాంత్రికుడిని, చిన్నీ ఎక్కడుందో చెప్పే వరకు చితగ్గొడతారు. మీరు డిజప్పాయింట్ కావద్దు."అని ధైర్యం చెప్పాడు కానీ శ్రుతి మూడ్ మారలేదు.

మూడ్ మార్చడానికి, "నాకు ఆకలేస్తుంది, ఏమైనా తిందాం", అని క్షుద్బాధ పంచుకున్నాడు బోస్. డేవిడ్ టైం చూసి "2:30 అయిపోయిందా? నేను తిని నాలుగు గంటలయ్యింది. అర్జెంట్‌గా తినాలి. ఇక్కడికి దగ్గర్లో మా అడ్డా ఉంది, బోస్ పదరా వెళ్దాం" అన్నాడు. ఓకే అని బోస్ దగ్గర్లో ఒక రెస్టారెంట్‌కి తీసుకెళ్ళాడు. డేవిడ్, బోస్ రెస్టారెంట్‌లోకి వెళ్ళారు, శ్రుతి మాత్రం కదలటం లేదు.

సాగర్, "శ్రుతి, పద ఏమైనా తిందాం" అన్నాడు.

"నాకు ఆకలిగా లేదు సాగర్, నువ్వు వెళ్ళి తిను".

తన వైపు చూడకుండా కార్ అద్దంలోంచి ఎదురుగా ఉన్న బిల్డింగ్‌ని చూస్తున్న శ్రుతి వైపు తిరిగి, "భోజనం మానేయడం వలన పనులు జరిగేలా ఉంటే మా అమ్మ చేసిన ఉపవాసాల దెబ్బకి నాకు ఇప్పటికి నాలుగు ఉద్యోగాలు, మూడు పెళ్ళిళ్ళు, ఆరుగురు పిల్లలుండాలి" అన్నాడు చాలా గంభీరంగా.

ఫక్కున నవ్వేసింది శ్రుతి. 'ఎండలో వెన్నెలా, గుండెలో వీణలా నీ నవ్వు' అనుకున్నాడు మనసులో సాగర్. శ్రుతి నవ్వడం ఆపేసి సాగర్‌ని తదేకంగా చూసింది. సాగర్ చేతిని తన చేతితో సుతారంగా తాకి, "థాంక్ యూ సాగర్!"

అంది మెల్లగా. సాగర్ రియాక్ట్ అయ్యేలోపు, కార్ డోర్ తీసి, "రా వెళ్దాం" అని కార్ దిగిపోయింది. సాగర్ ఒక వేడి నిట్టూర్పు కార్లోని చల్లటి ఏసీకి అంకితమిచ్చి కార్ దిగి శ్రుతి పక్కన నడుస్తూ రెస్టారెంట్లోకి వెళ్ళాడు.

దాదాపు 45 నిమిషాలు రెస్టారెంట్లోనే గడిపారు. భోజనాలయ్యాక, కార్లో నలుగురూ కూర్చున్నాక, సాగర్ హేమంత్కు ఫోన్ చేశాడు, అరవింద్ గురించి కనుక్కుందామని. అరవింద్ని మరసటి రోజు డిస్చార్జ్ చెయ్యొచ్చంటా అని ఉత్సాహంగా అందరికీ చెప్పాడు. "మోర్ గుడ్ న్యూస్!" అన్నాడు సాగర్ పక్కన కూర్చున్న శ్రుతిని చూస్తూ. తన మొహంలో సంతోషం చూడటానికి సాగర్ ప్రయత్నిస్తున్నాడని అర్థమయ్యి, చిన్న చిరునవ్వు బోనస్ ఇచ్చింది.

"అవునూ, మంజు, రాహుల్ నుండి కాల్ ఏమైనా వచ్చిందా?" అనడిగాడు డేవిడ్. "లేదు, మనమే చేసి చూద్దాం" అని బోస్ మంజుకి కాల్ చేశాడు. "దారిలో ఉన్నాం, ఎక్కడికి రమ్మంటారు అనడుగుతున్నాడు మంజు", అన్నాడు బోస్.

హాస్పిటల్కు వెళ్దామని శ్రుతి అంటే, మిగిలిన ముగ్గురూ సరేనన్నారు. మనం హాస్పిటల్ దగ్గర కలుద్దాం అని మంజుతో చెప్పాడు బోస్.

"నేను మంచినీళ్ళ బాటిల్ తెస్తాను, రెండు నిమిషాలు వెయిట్ చేస్తారా?" అన్నాడు సాగర్. "వీలైతే నాకో కోక్", అన్నాడు బోస్, "నాక్కూడా" అన్నాడు డేవిడ్. శ్రుతి తనకేం వద్దు అన్నట్టు తలూపింది. సాగర్ దగ్గర్లోని షాపుకు వెళ్ళి, వాటర్ బాటిల్, రెండు కోక్ టిన్లు, శ్రుతి కోసం ఒక చాక్లెట్ తెచ్చాడు. చాక్లెట్ ఎందుకు అన్నట్టు కళ్ళతో శ్రుతి అడిగిన ప్రశ్నకి, చెప్తా అని కళ్ళతోనే సమాధానం చెప్పాడు సాగర్.

ఇరవై నిమిషాల్లో బోస్ కార్ హాస్పిటల్ చేరుకుంది. మరో పది నిమిషాల్లో మంజు, రాహుల్ కూడా చేరుకున్నారు. మంజు మామయ్య పంపిన మనుషులు సిటీ శివార్ల నుండి తిరిగి వెళ్ళిపోయారని చెప్పాడు రాహుల్.

"మీరు చేసిన హెల్ప్కి చాలా థాంక్స్" అని మంజు, బోస్, డేవిడ్ని ఉద్దేశించి అన్నాడు. "యూ ఆర్ వెల్కం బ్రో!" అని మంజు షేక్ హ్యాండ్

ఇచ్చాడు. "మరో పాప కోసం వెతుకుతున్నారు కదా? తన గురించి ఏమైనా తెలిస్తే మాకు చెప్పండి" అంటూ డేవిడ్ షేక్ హ్యాండ్ ఇచ్చాడు. "ఏమైనా హెల్ప్ కావాలంటే తప్పకుండా చెప్పండి" అని బోస్ కూడా చేయి చాపాడు. "తప్పకుండా బోస్" అని సాగర్ చేయి కలిపాడు. "మీరు మరీ ఎక్కువగా స్ట్రెస్ తీసుకోకండి" అని శ్రుతితో అన్నాడు డేవిడ్. "అవునండి, టూ మచ్‌గా ఆలోచించకండి, అన్నీ అవే సర్దుకుంటాయి" అని బోస్ ముక్తాయింపు పలికాడు. సరేనండి అని నవ్వుతూ థాంక్స్ చెప్పింది శ్రుతి. వీడ్కోలు పలికి మంజు, బోస్, డేవిడ్ వెళ్ళిపోయారు.

హాస్పిటల్ లో సుబ్బయ్య, శిశిర్, హేమంత్, కనకరాజు ఉన్నారు. రాహుల్ శిశిర్‌కి సాగర్‌ని పరిచయం చేశాడు. శ్రుతి శిశిర్‌ని ఆప్యాయంగా హత్తుకుంది. అది చూసి, "మిమ్మల్నందిరినీ చూడటం సంతోషంగా ఉంది, కానీ ఇలాంటి పరిస్థితుల్లో కలవడం బాధగా ఉంది" అన్నాడు కనకరాజు.

"విందూని ఇలా చూస్తుంటే, స్నేహితుడిగా నేను ఇంకా ఏమైనా చేసుండాల్సిందేమో, ఆ పాప తప్పిపోయాక ఇంకాస్త జాగ్రత్తగా చూసుకోవాల్సిందేమో..." అంటూ కంట తడి పెట్టుకున్నాడు.

"అంకల్, మీరు మంచి స్నేహితులు కాబట్టే తనకోసం రోజుల తరబడి హాస్పిటల్ చుట్టూ తిరుగుతున్నారు. సొంతవాళ్ళపై కూడా ఇంత ఆప్యాయత చూపించరు ఈ రోజుల్లో. పైగా మీకో గుడ్ న్యూస్. ఆ పాప దొరికింది" అని శ్రుతి చెప్పడంతో కనకరాజు కన్నీళ్ళు తుడుచుకొని, నిజమా అన్నాడు. అవునని రాహుల్ కూడా చెప్పడంతో కనకరాజు చాలా ఆనందపడ్డాడు. "విందూకి స్పృహ రాగానే చెప్పేయాలైతే" అన్నాడు ఉత్సాహంగా. "నో నో, మనం సర్ప్రైజ్ ఇవ్వాలంకల్" అంది శ్రుతి. సరేనమ్మా, అలాగే చేద్దాం అని శ్రుతి తల నిమిరాడు కనకరాజు.

"అంకల్‌ని చూడొచ్చా?" అని రాహుల్ అడిగాడు శిశిర్‌ని. పక్కనే ఉన్న నర్స్‌ని అడిగాడు శిశిర్, లోపలకి వెళ్ళొచ్చా అని. "ఇప్పుడు లోపలకి వెళ్ళడానికి పర్మిషన్ లేదు, విజిటింగ్ అవర్స్ 4:30 నుండి, అప్పుడు రండి" కాస్త గట్టిగా చెప్పింది నర్స్.

ఆవిడ వెళ్ళిపోయాక, "ఏరా అమెరికా డాక్ట్రూ, ఇక్కడ నీ ఇన్‌ఫ్లూయెన్సు లేదా? ఆ మాత్రం నర్స్‌కి చెప్పుకోలేవా యూస్లెస్ ఫెలో!" అని శిశిర్‌కి వాతలు పెట్టాడు.

"నేను అమెరికా డాక్టర్ అయినా ఆస్ట్రేలియా ప్రెసిడెంటైనా రూల్ ఈజ్ రూల్" అని కుండబద్దలు కొట్టాడు శిశిర్.

సాగర్ వెల్ సెడ్ అని బొటను వేలు పైకెత్తాడు శిశిర్ వైపు అభినందనగా, శిశిర్ కూడా బొటను వేలు చూపించాడు థాంక్స్ అన్నట్టు. రాహుల్ సాగర్ మీద కోపం నటిస్తూ, "మిత్ర ద్రోహి" అన్నాడు. సాగర్ నవ్వుతూ, "నీకు రాత్రికి నా బెడ్ రూమే దిక్కు మర్చిపోకు", అన్నాడు. ఆ మాటకు హేమంత్, శిశిర్‌లు తలపంకించి విచిత్రంగా చూస్తుంటే రాహుల్, "జెంటిల్మెన్! మామయ్య ఫ్లాట్‌లో చైత్రా వాళ్ళ కుట్టీ పెట్టే గోలకి నిద్రపట్టక సాగర్ స్పేర్ బెడ్ రూంలో పడుకుంటున్న ఈ మధ్య, అదీ స్టోరీ", అని వివరించే సరికి అన్నదమ్ములిద్దరూ నవ్వుకున్నారు.

శ్రుతి ఏదో ఆలోచిస్తుందని సాగర్‌కు అర్థమయ్యింది. ఇంతలో రాహుల్, "సరే, ఇక్కడ చేసేదేం లేదు కాబట్టి, ఫ్లాట్‌కు పోయి కాసేపు పడుకుంటా నేను. మీ ప్లాన్ ఏంటి?", అని సాగర్ శ్రుతిని అడిగాడు.

సాగర్ శ్రుతిని చూస్తూ, "నిన్ను ఫ్లాట్ దగ్గర డ్రాప్ చేసి, మేము నిర్మల గారిని కలవడానికి ట్రై చేస్తాం", అన్నాడు.

సాగర్ తన మనసుని అర్థం చేసుకున్నందుకు కళ్ళలో మెరుపు, పెదాలపై చిరునవ్వు విరిసింది.

రాహుల్‌ని లేక్ రిజ్ దగ్గర డ్రాప్ చేసాక, శ్రుతి నిర్మలకు కాల్ చేసింది. ఈ సారి ఆవిడ ఫోన్ రింగ్ అయ్యింది, ఆవిడ మాట్లాడింది. సుబ్బారావుని కూడా పోలీసులు పట్టుకెళ్ళారని చెప్పింది. ఇంకా చిన్నీ గురించి ఏం ఇన్‌ఫర్మేషన్ లేదు, తెలియగానే కాల్ చేస్తా అంది నిర్మల. ఇక చేసేదేం లేక ఆవిడ దగ్గరకు వెళ్ళే ప్లాన్ మానుకున్నారు.

ఒక్క నిమిషమని, కార్ దిగి ఎవరికో ఫోన్ చేసి కాసేపు మాట్లాడాడు సాగర్.

పర్సనల్ అయి ఉంటుందని అనుకుంది శ్రుతి. కాల్ ముగించుకొని కార్లో కూర్చున్నాడు. బండి స్టార్ట్ చేశాడు, "ఎక్కడికి?", అంది శ్రుతి. "చూస్తావుగా" అన్నాడు సాగర్.

సరే అని కళ్ళు మూసుకుంది, బాగా అలసిపోయిం దేమో, చిన్న కునుకు తీసింది సాగర్ కార్ నడుపుతున్నంత సేపు. కార్ ఆగ గానే మెలకువ వచ్చింది శ్రుతికి. ఎక్కడున్నాం అని అడిగింది నిద్ర మత్తులో. ఈలోగా సాగర్ కార్ దిగి, శ్రుతి వైపుకి వచ్చి కార్ డోర్ తీసి, దిగమని సైగ చేశాడు. దిగి ఎదురుగా ఉన్న బిల్డింగ్ చూసింది.

సహృదయా అనాథాశ్రమం.

ఇక్కడికి ఎందుకు తెచ్చావని అడిగింది సాగర్‌ని. సస్పెన్స్ అలాగే ఉంచుతూ, రా అని ముందుకు నడిచాడు సాగర్. తిన్నగా వార్డెన్ ఆఫీసుకి వెళ్ళాడు సాగర్. బయట ఒక కానిస్టేబుల్ ఉన్నాడు. సాగర్ కానిస్టేబుల్‌ని పలకరించాడు, అతను సాగర్‌ని గుర్తుపట్టి లోపలకు వెళ్ళమన్నాడు.

లోపల మాలతి, మరో మహిళ ఉన్నారు. మాలతిని చూడగానే శ్రుతి ఆశ్చర్యపోయి, "మాలతి గారు మీరా?", అంది. మాలతి నవ్వుతూ, రండి, కూర్చోండని ఇద్దరినీ కూర్చోమంది.

"మిమ్మల్ని ఎవరో కిడ్నాప్ చేసారని మీ ఫోన్ నుండే కాల్ చేసారండి" అంది శ్రుతి. "అవునండి, ఇదంతా సుబ్బారావు చేసిందే" అని మాలతి చెప్తే, "కానీ సుబ్బారావుకి మేము శివానీ కోసం వెతుకుతున్నట్టు ఎలా తెలిసింది?" అనడిగాడు సాగర్.

"ఇక్కడ కొత్తగా చేరిన అసిస్టంట్ సుబ్బారావుకి దాసుడు. ఆ విషయం నాకు నిన్ననే తెలిసింది. నా ఫోన్, మీ విజిటింగ్ కార్డ్ రెండూ కొట్టేశాడు. నిన్న రాత్రే నా ఫోన్ పోయింది, మీకు చెప్దామంటే మీ నంబర్ నా దగ్గర లేదు. ఇందాక ఇన్‌స్పెక్టర్ గారు ఫోన్ చేసి మీరు ఇక్కడికి వస్తున్నారని చెప్తే మిమ్మల్ని నేరుగా కలిసి మాట్లాడొచ్చు అనుకున్నాను", అని జరిగింది చెప్పింది మాలతి.

"ఇన్‌స్పెక్టర్ కి ఎలా తెలిసింది మనమిక్కడికి వస్తున్నట్టు? అడిగింది శ్రుతి

సాగర్ వైపు చూస్తూ. "తర్వాత చెప్తాను శ్రుతి. అయినా అంత క్యూరియోసిటీ ఏంటి నీకు?" అన్నాడు సాగర్ నవ్వుతూ. 'ఓహో! అవినాష్ కోసం చెప్పలేదని ప్రతీకారం అన్నమాట. చెప్తా నీ సంగతి' అనుకుంది మనసులో శ్రుతి.

"మంచి పని చేశారు. అన్నట్టు ఈవిడ ఈ ఆశ్రమంలో వార్డెన్, పేరు రీటా" తన పక్కన కూర్చున్న మహిళని పరిచయం చేసీ, ఇప్పుడే వస్తానని బయటకు వెళ్ళింది మాలతి. శ్రుతి రీటాతో చిన్నీ గురించి మీకేమైనా తెలుసా అని అడిగింది.

"లేదండి, మా ఆశ్రమానికి రాలేదు కానీ త్వరలో దొరుకుతుంది, నాకు నమ్మకముంది" అనంది.

అంతలోనే, వెనకనుండి మాలతి శ్రుతి అని పిలిచింది వెనకనుండి. శ్రుతి, సాగర్ ఇద్దరూ వెనక్కు తిరిగి చూశారు. మాలతి పక్కన 7-8 ఏళ్ళున్న పాప ఉంది, నీలం ఫ్రాకు, రెండు జడలు వేసుకొని, ఎర్రగా ముద్దుగా ఉంది.

శ్రుతి ఒక్క ఉదుటున కుర్చీ నుంచి లేచి "శివానీ!" అని పాప దగ్గరకు చేరుకుంది. పాపని "నువ్వు శివానీ కదా?", అనడిగింది. పాప అవునన్నట్టు తలూపింది. ఆనందంతో శ్రుతి కళ్ళు చెమర్చాయి. గట్టిగా పాపని హత్తుకుని, అరనిమిషం పాటు అలాగే ఉండిపోయింది.

సాగర్ వచ్చి శ్రుతి భుజం మీద చెయ్యి వేశాడు, తను మరీ ఎమోషనల్ అవుతుందని శ్రుతికి అర్థమయ్యింది. శివానీ నుదుట మీద ముద్దు పెట్టి, తనని వదిలి, కన్నీళ్ళు తుడుచుకొని, సాగర్ పక్కకు వచ్చి నిలబడింది. "పాపని తిరిగి పంపించాలి. ఫార్మాలిటీస్ పూర్తయ్యేవరకు తనని ఇక్కడే ఉంచమని ఆర్డర్ వచ్చింది" అని చెప్పింది మాలతి. టాటా చెప్పు శివానీ అంది పాపతో. శ్రుతి, సాగర్‌లను చూస్తూ చెయ్యి ఊపి వెళ్ళిపోయింది మాలతితో.

రెండు నిమిషాల్లో మాలతి తిరిగొచ్చింది. "శివానీకి తన బాబాయి పిన్ని గురించి తెలుసా?" అడిగింది శ్రుతి. "లేదండి, ఇప్పుడే చెప్పడం మంచిది కాదని చైల్డ్ సైకాలజిస్ట్ చెప్పారంట. తన దత్తత పూర్తయ్యాక చెప్తే తను ఒంటరిగా ఫీల్ అవ్వదని సలహా ఇచ్చారంటా. అందుకే చెప్పలేదు" అంది మాలతి.

ఇద్దరు వార్డెన్లకు థాంక్స్ చెప్పి, సాగర్ శ్రుతి వచ్చి కార్లో కూర్చున్నారు. శ్రుతి ఇంకా శివానీని చూసిన ట్రాన్స్ లోనే ఉందని సాగర్‌కు అర్థమయ్యింది.

"షల్ వి?" అన్నాడు. సాగర్‌ని తదేకంగా చూస్తూ గేర్ రాడ్ మీదున్న సాగర్ చేతిపై తన చేతినుంచి "థాంక్స్ సో మచ్ సాగర్, ఫర్ ఎవ్రీథింగ్" అంది. "యూ ఆర్ వెల్కం ప్రిన్సెస్!" అని తన రెండో చేతిని శ్రుతి చేతిపై రెండు క్షణాలుంచాడు సాగర్. అలాగే ఉండిపోవాలన్న కోరికని చంపుకుంటూ, "వెళ్దామా?" అన్నాడు. ష్యూర్ అని చిన్న నవ్వు నవ్వి తన చేతిని వెనక్కు తీసుకుంది.

సాగర్ కార్ లేక్ రిజ్ మరో 10 నిమిషాల్లో చేరుతుందనగా నిర్మల కాల్ చేసింది శ్రుతికి. శ్రుతి వెంటనే కాల్ ఆన్సర్ చేసి స్పీకర్ ఆన్ చేసింది, చెప్పండి నిర్మల గారు అంది ఆతృతగా.

"మీకు ఒక లొకేషన్ పంపిస్తున్నాను, మీరు అక్కడికి రాగలరా?" అంది.

ష్యూర్ అంది శ్రుతి.

"కానీ ఏమైంది, చిన్నీ దొరికిందా?" అనడిగింది.

యెస్ అండ్ నో, వివరాలు మీరు వచ్చాక చెప్తానని నిర్మల కాల్ డిస్కనెక్ట్ చేసింది.

శ్రుతి మొహంలో మళ్ళీ భయం, దిగులు. సాగర్, "ఇక్కడికి 30 నిమిషాలు, త్వరగానే చేరిపోతాం, నువ్వు టెన్షన్ పడకు శ్రుతి" అన్నాడు.

సరే అన్నట్టు తలూపింది.

ఆ అర గంట వారిద్దరి జీవితాల్లో అతి భారంగా గడిచిన సమయాల్లో ఒకటి.

ఎట్టకేలకు నిర్మల చెప్పిన చోటుకి చేరారు. అదొక హాస్పిటల్. కార్ దిగి పరుగు పరుగున లోపలకి వెళ్ళారు, నిర్మలకు ఫోన్ చేస్తే రెండో ఫ్లోర్‌లో ఉన్న ఐసీయూకి రమ్మంది.

చిన్నీ దొరికిందా, తనకేమైనా అయ్యిందా అన్న భయం శ్రుతి సాగర్లను వెంటాడుతూనే ఉంది. ఐసీయూ బయట నిర్మల కనిపించింది. రూంకి ఉన్న గాజు అద్దంలోంచి చూస్తే చిన్న పాప బెడ్ మీద ఉంది. చుట్టూ నలుగురైదుగురు

డాక్టర్లు, నర్సులు.

నిర్మల వాళ్ళని ఇంకా సస్పెన్స్ లో పెట్టకుండా, "ఆ పాప చిన్నీ" అంది. తన వాక్యం పూర్తవ్వక ముందే "తనకేమైంది?" అడిగాడు సాగర్.

"చిన్నీకి రెండు పాదాల్లో చిటికెన వేలు లేదు. అది అవయవ లోపం కాబట్టి నరబలికి చిన్నీ పనికిరాదని తనని చైల్డ్ ట్రాఫికింగ్‌లో విదేశాలకు పంపించడానికి ప్లాన్ వేశాడు తాంత్రికుడు.

తనకు స్పృహ కోల్పోయేలా చెయ్యడానికి వాడిన మత్తు మందు ఓవర్ డోసై పాప కోమాలోకి పోయి, వైటల్స్ పడిపోయాయి. పాప చనిపోయిందేమోనన్న భయంతో తాంత్రికుడు తన గురించి ముందు చెప్పలేదు. పోలీసులు గట్టిగా అడిగేసరికి చిన్నీని తన ఇంటి వెనక స్టోర్ రూంలో దాచానని చెప్పాడు. వెంటనే చిన్నీని రెస్క్యూ చేసి హాస్పిటల్‌కు తెచ్చాం. డాక్టర్లు తన ప్రాణాలు కాపాడడానికి విశ్వ ప్రయత్నాలు చేస్తున్నారు. లెట్స్ హోప్ షీ సర్వైవ్స్" అంది నిర్మల.

శ్రుతి సాగర్ అక్కడే ఐసీయూ బయట రెండు గంటలు కూర్చున్నారు. రెండు గంటల తర్వాత ఒక సీనియర్ డాక్టర్ బయటకు రాగానే నిర్మల, శ్రుతి, సాగర్ డాక్టర్ చుట్టూ చేరిపోయారు. "చిన్నీస్ ఫ్యామిలీ?" అనడిగారు. నిర్మల "యెస్ డాక్టర్!" అంది.

"షీ ఈజ్ ఔట్ ఆఫ్ డేంజర్ బట్ విల్ హ్యావ్ టు బీ అండర్ అబ్జర్వేషన్", అన్నారు డాక్టర్.

అందరూ ఊపిరి పీల్చుకున్నారు.

"మేము చిన్నీని చూడొచ్చా?" అని అడిగింది శ్రుతి. "ఇవాళ కుదరదు, రేపు చూడొచ్చు" అని వెళ్ళిపోయాడు డాక్టర్.

నిర్మల ఒక ఫోన్ చేసి వస్తానని పక్కకు వెళ్ళింది. శ్రుతి కుర్చీలో కూలబడిపోయింది. కాసేపు అలాగే కూర్చున్నాక సాగర్, "కాఫీ తాగుదామా?" అని అడిగింది శ్రుతి. సాగర్ నవ్వుతూ, "యువర్ విష్ ఈజ్ మై కమాండ్ ప్రిన్సెస్" అన్నాడు కుర్చీలోంచి నిలబడుతూ.

****

12

సాయంత్రం దగ్గర్లోని కాఫీ షాప్‌లో కాఫీ తాగి, సాగర్ శ్రుతి లేక్ రిజ్ చేరుకున్నారు. లిఫ్ట్ లోంచి బయటకు రాగానే, "నెక్స్ట్ ప్లాన్ ఏంటి?" అనడిగాడు సాగర్. అందుకు శ్రుతి "నేను ఫ్రెష్ అయ్యి, రాహుల్‌ని తీసుకొని నీ ఫ్లాట్‌కి వస్తాను. ప్లాన్ అంటూ ఏం లేదు గానీ జస్ట్ కలిసి మాట్లాడుకుందాం" అని వెళ్ళిపోయింది.

సాయంత్రం 7:15 అయ్యేసరికి సాగర్ స్నానం చేసి, ఖాకీ రంగు త్రీ ఫోర్త్, తెలుపు రంగు టీ షర్ట్ వేసుకున్నాడు. శ్రుతి గమనిస్తుందా నేను వైట్ వేసుకున్నానని అనుకున్నాడు. శ్రుతి ఎప్పుడొస్తుందోనని ఎదురుచూస్తున్నాడు. గడియారం ముల్లు టెస్ట్ క్రికెట్ లో కదలని స్కోర్ బోర్డ్‌లా మొండికేసినట్టుంది.

ఇంతలో డోర్ బెల్ మోగింది. టీ ట్వెంటీ లో ఫాస్ట్ బౌలర్ రనప్ లా యమా స్పీడ్‌గా తలుపు తీశాడు సాగర్.

ఎదురుగా శ్రుతి, రాహుల్. శ్రుతి చేతిలో చాక్లెట్ ఉంది. నవ్వాడు సాగర్. "ఎందుకు నవ్వుతున్నావ్?" అని దబాయించింది శ్రుతి. "ఏం లేదులే, అదేదో సినిమాలో రామిరెడ్డికి కూడా నీలాగే చాక్లెట్ పిచ్చి" అని వెక్కిరించాడు సాగర్. రాహుల్ 'అనగనగా ఒక రోజు' అని గట్టిగా నవ్వి, సాగర్‌కి హై ఫై ఇచ్చాడు. ఇద్దరినీ కోపంగా చూసి, "మీ ఇద్దరికి నో చాక్లెట్!" అని సోఫాలో కూర్చుంది. "సారీ సారీ!" అని సాగర్ రాజీకొస్తే, "రాహుల్ గాడు కూడా సారీ చెప్తేనే నీకు చాక్లెట్ ఇస్తా" అంది శ్రుతి.

"ఇది అన్యాయం. నేను సారీ చెప్పా కదా?" అని సాగర్ న్యాయం అర్థించాడు. "గదంతా నాక్ తెల్వద్. రాహుల్ గాడు సారీ చెప్పాలి" అంది. "సరే సారీ" అన్నాడు రాహుల్. అప్పుడు కొంచెం శాంతించి, చాక్లెట్ ముక్కలు చేసి,

“గుర్తుందా? మనం ఈ పని మొదలుపెట్టినప్పుడు నేను గుడ్ న్యూస్ వస్తుందని అన్నాను” అంది.

సాగర్ మనసులో, అవును నాక్కూడా గుడ్ న్యూస్ రావాల్సి ఉంది అనుకున్నాడు నిట్టూరుస్తూ.

మంజూకి చిన్నీ గురించి ఫోన్ చేసి చెప్పాడు రాహుల్. అరవింద్ మరసటి రోజు తిరిగి ఇంటికి వస్తున్నాడు కాబట్టి శివానీని ఒక్క గంట సేపు తమతో పంపమని మాలతి బ్రతిమాలింది శ్రుతి. మాలతి తన సుపీరియర్‌తో మాట్లాడి చెప్తానంది.

నాగరాజుకి కాల్ చేసి శంకర్ గురించి చెప్పాడు సాగర్. వార్తల్లో చూశానని చెప్పి బాధపడ్డాడు. “మనసు తెలుసుకొని మసలుకొనే భార్య ఉండటం అదృష్టం, అది వాడికి లేదు” అన్నాడు.

ఇలా మాటల్లో గంట సేపు గడిచింది. హేమంత్ ఉదయాన్నే ముంబై వెళ్తున్నాడని చెప్పి, “నేను కూడా రేపు రాత్రికి మైసూర్ జంప్” అన్నాడు రాహుల్. దానికి శ్రుతి “నేను కూడా రేపు రాత్రికే చెన్నై వెళ్తున్నాను” అంది.

సాగర్‌కు గుండె ఒక్క క్షణం ఆగి కొట్టుకుంది. శ్రుతి తనకు దూరంగా వెళ్తుందన్న ఆలోచనే రాలేదు ఇన్ని రోజులు. ‘ఏం ఎక్స్పెక్ట్ చేసావ్రా సిల్లీ ఫెలో, తను ఎప్పటికీ ఇక్కడే ఉంటుందనుకున్నావా?’ అనుకున్నాడు మనసులో. ‘ఎప్పటికీ ఇక్కడే ఉంటే...?’ అన్న ఆశ తనని కుదురుగా ఉండనివ్వటం లేదు.

ఇంతలో రాహుల్‌కి నిఖిలా కాల్ చేసింది. ఇప్పుడే వస్తానని రాహుల్ బయటకు వెళ్ళిపోయాడు.

“ఇన్నిసార్లు వచ్చాను కానీ నీ ఇల్లు ఎప్పుడూ చూడలేదు, చూపిస్తావా?” అనడిగింది శ్రుతి. ష్యూర్ అని ఇల్లంతా చూపించాడు. ప్రతి గదిలో ఏదో ఒక విషయాన్ని మెచ్చుకుంది, పెయింటింగ్, ఫర్నీచర్, వాల్ క్లాక్, బెడ్ రూంలో మ్యూజిక్ సిస్టం, ఇలా. తెగ మురిసిపోయాడు సాగర్.

శ్రుతి షోకేజ్‌లో ఉన్న వస్తువల్ని చూస్తూ, ఏదో గుర్తొచ్చినట్టు ఠక్కున ఆగిపోయి “అవునూ, అడగడం మర్చిపోయాను, మనం శివానీ ఉన్న హాస్టల్‌కి

వెళ్తున్నట్టు ఇన్‌స్పెక్టర్‌కి ఎలా తెలిసింది?" అనడిగింది.

"ఓహ్! అదా? హోటల్ దగ్గర వాటర్ బాటిల్ కోసం వెళ్ళినప్పుడు ఇన్‌స్పెక్టర్‌కి ఫోన్ చేసి శివానీ ఉన్న హాస్టల్ వివరాలు అడిగాను. ముందు కాదూ కూడదూ అన్నారు కానీ తర్వాత సరే, అర గంటలో కాల్ చెయ్యండి చెప్తా అన్నారు. నేను మధ్యలో కార్ దిగి కాల్ చేసింది అతనికే. అప్పుడే చెప్పారు శివానీ ఎక్కడున్నదీ. అక్కడికి తీసుకెళ్ళాను. అందుకే చాక్లెట్ కూడా ఇచ్చాను. నీకు సర్ప్రైజ్‌తో కూడిన శుభవార్త కాబట్టి" సాగర్ నవ్వుతూ చెప్తుంటే తదేకంగా తననే చూస్తుంది శ్రుతి.

"ఏంటి ఇంప్రెస్ అయిపోయావా?" అన్నాడు వెక్కిరిస్తూ. జవాబుగా నవ్వేసి, ఎడమ చేయి చూపుడు వేలుకి బొటనువేలుకి దాదాపు తాకినంత దగ్గరగా పెట్టి, ఒక కన్ను గీటుతూ "కొంచెం", అంది శ్రుతి. "సంతోషం. సరే ఇప్పుడు నువ్వు చెప్పు, అవినాష్ ఏం చేశాడు?" అనడిగాడు సాగర్, ఇదే మంచి తరుణమని. "నీ పేరు సాగర్ కాదు, విక్రమార్కుడని పెట్టాల్సింది. పట్టు వదలవా అసలు?" అంటూ కిచెన్ వైపు వెళ్తున్న శ్రుతి దుపట్టా అంచుని పట్టుకొని ముందుకెళ్ళకుండా ఆపేసి, "విక్రమార్కుడో, ఛత్రపతో, నువ్వు జవాబు చెప్పకపోతే ఈ హోమ్ టూర్ ఇక్కడితో క్యాన్సిల్" అన్నాడు దొంగ గాంభీర్యం నటిస్తూ.

"రాహుల్ గాడొచ్చే టైంకి నువ్విలా నా దుపట్టా పట్టుకొని కనబడితే నీకు మామూలు ర్యాగింగ్ ఉండదు, నాకైతే సన్మాన సభే" అని దుపట్టాని సాగర్ చేతినుండి మెల్లగా వదిలించుకుంది. "చెప్పొచ్చు కదా శ్రుతి? ఎంతసేపీ సస్పెన్స్?" అని కాళ్ళ బేరానికొచ్చాడు గత్యంతరం లేక. సాగర్ కి రెండడుగులు ముందు నడుస్తున్న శ్రుతి ఆగి, వెనక్కి తిరిగి, "నువ్వు చేసినంత ఎవ్వరూ చెయ్యలేదు సాగర్, బహుశా చెయ్యలేరు కూడా. యూ ఆర్ స్పెషల్" అంది శ్రుతి మెల్లగా. శ్రుతి కళ్ళల్లో చెమ్మ తను ఊహించాడో, నిజంగానే ఉందో తెలియలేదు సాగర్‌కి.

మరో అడుగు ముందుకేసి తన దగ్గరకి వెళ్ళేలోపు, "నీ హోమ్ టూర్ కంటిన్యూ చెయ్యి" అంటూ ముందుకు కదిలింది. కావాలనే టాపిక్ మార్చిందని

అర్థమయ్యింది కాబట్టి తను కూడా కిచెన్ చూపిస్తూ, “ఇది నువ్వు ఆల్రెడీ చూశావ్” అన్నాడు. అప్పుడే పవర్ కట్ అయ్యింది, చుట్టూ చీకటి. శ్రుతి కాస్త భయంగా సాగర్ దగ్గరకు జరిగి, “పవర్ ఎప్పుడు వస్తుంది?” అంది, సాగర్ నవ్వుతూ, “జెనరేటర్ వేస్తారు రెండు నిమిషాల్లో. లెజెండ్ శ్రుతికి చీకటంటే కూడా భయమా?” అని వెక్కిరించాడు ఫోన్‌లో టార్చ్ లైట్ ఆన్ చేస్తూ. “నాకేం భయం లేదు” అంది శ్రుతి పౌరుషంగా. “ఈ టార్చ్ లైట్ ఆపేయ్ కావలిస్తే, నాకేం భయం లేదు” అంది మళ్ళీ. నిజంగానే టార్చ్ లైట్ ఆర్పేశాడు సాగర్. ఊహించని ఈ హఠాత్ పరిణామానికి శ్రుతి విస్తుపోయింది కానీ తన భయం బయటపడకుండా ఉండటానికి తిప్పలు పడుతోంది. ఇంతలో సాగర్ కొవ్వొత్తి వెలిగించి కిచెన్ కౌంటర్ మీద పెట్టి శ్రుతి వైపు చూస్తూ నవ్వాడు. మనసులో హమ్మయ్యా అనుకుంది కానీ బయటకు చెప్పలేదు. “దేనికో ఆ నవ్వు?” అంది శ్రుతి కొవ్వొత్తిని వెలుగులో గోడ మీద చేతితో నీడలు చేస్తూ. సాగర్ ఏం మాట్లాడలేదు. కాసేపు అలాగే శ్రుతిని చూశాడు. ఇద్దరి మధ్యన మూడడుగుల దూరం. ఆ కొవ్వొత్తి వెలుగులో చూస్తుంటే శ్రుతి ఇంకా అందంగా కనబడుతుంది. కానీ రేపు వెళ్ళిపోతుంది అని మనసు గుర్తు చేసింది. ఈ మూడడుగుల దూరం, కొన్ని గంటల్లో వందల మైళ్ళ దూరంగా మారబోతుందని, ఆ దూరం వాళ్ళిద్దరినీ శాశ్వతంగా దూరం చేస్తుందేమో అన్న బాధ, భయం తన మనసుని కలచివేస్తుంటే, ఏం చెప్పాలో, ఏం చెయ్యాలో తెలియని స్థితిలో ఉన్నాడు సాగర్.

ఇంక ఉండబట్టలేక, “శ్రుతీ” అని మెల్లగా పిలిచాడు. “హ్మ్...” అంది కానీ సాగర్ వైపు చూడలేదు శ్రుతి, మళ్ళీ పిలిచేసరికి సాగర్ కళ్ళల్లోకి చూసింది, ఏమైంది అన్నట్టు.

సాగర్ శ్రుతి కళ్ళలోకి చూస్తూ, “ఐమ్ ఇన్ లవ్ విత్ యూ శ్రుతి”, అన్నాడు. శ్రుతి అలా మౌనంగా ఎంత సేపు ఉందో తెలియదు గానీ, మెల్లగా సాగర్ దగ్గరకు వచ్చి నిలబడింది. అంతకంటే చెప్పాల్సిందేం లేదు అని సాగర్‌కు అర్థమయ్యింది. శ్రుతి వైపు చేతులు చాచాడు. వచ్చి తన కౌగిట్లో ఒదిగిపోయింది.

***

13

మరుసటి రోజు ఉదయం 11 గంటలకు అరవింద్ ఫ్లాట్‌కు చేరుకున్నారు.

శ్రుతి అరవింద్‌కి హారతిచ్చి లోపలకు తీసుకెళ్ళింది. రాహుల్, శిశిర్, హేమంత్, మూర్తి, కనకరాజు, సుబ్బయ్య అరవింద్‌ని కాలు కింద మోపనివ్వకుండా చూసుకుంటున్నారు.

సర్ప్రైజ్ ఇవ్వడానికి నిఖిలా వచ్చింది ఆ రోజు పొద్దున్నే. అరవింద్ నిఖిలాని చూసి "ఇంత మంచి అమ్మాయి నీకెలా దొరికిందిరా?" అని రాహుల్‌ని వెక్కిరించా డు.

"యంగ్ మ్యాన్ ఎక్కడా?" అని సాగర్ కోసం అడిగాడు. "సాగర్ చిన్న పనిమీద బయటకి వెళ్ళాడు, వచ్చేస్తాడు"శ్రుతి చెప్పింది.

'ఏంటీ కథ?' అన్నట్టు అరవింద్ రాహుల్‌ని చూస్తే, "మామయ్య, నన్ను పనికిమాలిన పనుల మీద ఊరిమీదకు పంపి ఈ లవ్ బర్డ్స్ ఇద్దరూ రొమాన్స్ చేసుకున్నారు. మాకూ చాన్నాళ్ళు అర్థం కాలేదు కానీ మెల్లగా తెలిసొచ్చింది. మొన్న గట్టిగా నిలదీస్తే, ఒప్పుకున్నారు, వాళ్ళిద్దరూ ప్రేమంచుకుంటున్నారని" అని చెప్పేసరికి శ్రుతికి సిగ్గూ, కోపం రెండూ ఒక్కసారే వచ్చాయి. "నువ్వు అయిపోయావ్రా నా చేతిలో" అని చపాతీ కర్ర పట్టుకొని రాహుల్ వెంటబడింది. రాహుల్ భయపడి పరుగెడుతుంటే నిఖిల పడీ పడీ నవ్వింది.

ఇంతలో డోర్ బెల్ మోగింది, శ్రుతి వెంటనే డోర్ తెరిచింది. బయట సాగర్. కళ్ళతో పలకరించుకున్నారిద్దరూ. ఒక్క నిమిషం ఆగు అని సైగ చేసింది శ్రుతి. రాహుల్‌ని పిలిచి ఏదో చెప్పింది. రాహుల్ వెళ్ళి అరవింద్ కళ్ళకు గంతలు కట్టి తను కూర్చున్న వీల్ చెయిర్ తోసుకుంటూ డోర్ దగ్గరకు తెచ్చి రెడీ అన్నాడు.

అరవింద్‌కి అర్థం కాలేదు. ఓల్డ్ మ్యాన్, గంతలు తియ్యండి అన్నాడు సాగర్.

సాగర్ గొంతు విని, ఒక్క సారిగా హుషారు వచ్చింది అరవింద్‌కి. యంగ్ మ్యాన్ అని కళ్ళ గంతలు తీసి చూస్తే ఎదురుగా శివానీ. ఒక్క క్షణం అలా చూస్తూ ఉండిపోయాడు. "ఇది నిజమేనా?" అని అడిగాడు శ్రుతిని. అవునన్నట్టు తలూపింది శ్రుతి. శివానీని లోపలకు తీసుకొచ్చింది. అరవింద్ "నేను గుర్తున్నానా తల్లీ?" అనడిగాడు. గుర్తున్నారు అన్నట్టు తలూపింది శివానీ. చిన్న పిల్లాడిలా భోరున ఏడ్చేసాడు అరవింద్. అందరి కళ్ళు చెమ్మగిల్లాయి.

***

14

మూడు వారాల తర్వాత

రామనవమి రోజు సాయంత్రం 5:30కి

శివానీ దత్తత ప్రక్రియ మరో నెలలో పూర్తవ్వబోతుంది. అరవింద్ ముంబై వెళ్ళడానికి సిద్ధమయ్యాడు. రాహుల్ నిఖిలాల ఎంగేజ్మెంట్ వచ్చే నెల బెంగుళూరులోనే. మూడు నెలల్లో సాగర్, శ్రుతిల ఎంగేజ్మెంట్, పెళ్ళి. శిశిర్ మరసటి రోజు అమెరికా తిరిగి వెళ్తున్నాడు. ఆ ఫ్లాట్‌ని వదిలివెళ్ళబోయే ముందు ఒకసారి అందరినీ కలవాలని అరవింద్ కోరాడు. ఆ రోజు డిన్నర్ పార్టీ.

మూర్తి, కనకరాజు, మాలతి, నిర్మల, నాగరాజు, మంజు, రాహుల్, నిఖిలా, హేమంత్, చైత్ర అండ్ ఫ్యామిలీ,సాగర్, శ్రుతి అందరికీ తన వంట మహిమ రుచి చూపించాడు సుబ్బయ్య.

మాలతి మాటల్లో ఒక మిస్టరీ వీడింది. "మీకు వచ్చిన ఆ బెదిరింపు ఉత్తరం పంపింది ఎవరో కాదు, మాకు దగ్గర్లో ఉండే ఒక హాస్టల్ వార్డెన్, నా అసిస్టంట్‌కి దూరపు బంధువులట. ఆవిడ తాంత్రికుడి భక్తురాలు. ఆవిడ భర్త రాజకీయాల్లోకి రావడానికి తాంత్రికుడితో కలిసి చాలా గట్టిగా ప్రయత్నిస్తున్నాడు. చాలా డబ్బు కూడా ఖర్చుబెట్టారు. ఇంతా చేసి తాంత్రికుడు జైల్లోకి పోతే ఎక్కడ తన భర్త రాజకీయ భవిష్యత్తు మొదలవ్వకముందే అంతమైపోతుందోనని భయపడి మిమ్మల్ని ఆపడానికి ఆ బెదిరింపు ఉత్తరం పంపింది."

"మీ అసిస్టెంటే కదా నా విజిటింగ్ కార్డ్ కొట్టేసింది?" అని సాగర్ అడగితే, "అవునండి. ఈ రోజుల్లో ఫోన్ నంబర్ ఉంటే మిగిలిన వివరాలు కనుక్కోవడం

కష్టం కాదు, ముఖ్యంగా అలాంటి క్రిమినల్స్‌కి”.

“మీకెలా తెలిసింది అది ఆవిడ పంపిందని?” ఈసారి శ్రుతి ప్రశ్న వేసింది.

“తాంత్రికుడు దొరికిపోయాడని తెలియగానే ఎక్కడ తనని కూడా పోలీసులు పట్టుకుంటారో అని భయపడి, అప్రూవర్‌గా మారిపోయి చాలా నిజాలు బయట పెట్టింది. అలా బయటపడిన నిజమే ఇది కూడా.”

అరవింద్‌కు హార్ట్ అటాక్ రాకముందు అమ్మా నాన్నలకు బట్టలు కొన్నప్పుడు సుబ్బయ్య కోసం కొన్న టీ షర్ట్ తెచ్చి, “నీ చేతి వంట కోసం, నువ్వు నాపై చూపించిన అభిమానం కోసం ముంబై వస్తా సుబ్బయ్య. ఇదిగో, ఇది నీ కోసం”, అని టీ షర్ట్ సుబ్బయ్యకు ఇచ్చాడు. సుబ్బయ్యకు కళ్ళు చెమ్మగిల్లాయి.

తర్వాత అరవింద్ కోసం కొన్న లాఫింగ్ బుద్ధా తెచ్చి, “మీరు ఎప్పుడూ నవ్వుతూ, సంతోషంగా, ఆరోగ్యంగా ఉండాలి ఓల్డ్ మ్యాన్” అని అరవింద్‌కి అందించాడు. అరవింద్ ముందు లాఫింగ్ బుద్ధా లాగ చేతులు పైకి చాచి నవ్వాడానికి ప్రయత్నించాడు కానీ ఎంత దాయాలనుకున్నా దుఃఖం దాగదు కదా? నవ్వుతూ నవ్వుతూ ఏడ్చేసి, సాగర్‌ని దగ్గరకు పిలిచాడు. సాగర్ అరవింద్ వీల్ చెయిర్ దగ్గరకు వచ్చి, వొంగి పెద్దాయన్ని కావలించుకున్నాడు.

కొన్ని బంధాలంతేనేమో. ఎక్కడ ముడి పడతాయో తెలియదు కానీ, కాలం, దూరం, మౌనం, ఇవేవీ తెంచలేనంత బలమైన, సున్నితమైన పూలతల్లా అల్లుకుపోతాయి మన జీవితాన్ని.

భోజనాలయ్యాక అతిథులతో కాసేపు మాట్లాడాడు అరవింద్. తన ఆరోగ్యం గురించి ప్రస్తావన రాగానే “మీరు తాగడం తగ్గించాలి నాన్న” అన్నాడు శిశిర్.

దానికి అరవింద్,

“ఫిష్‌కి గిల్ ఉంది
దానికి వాటర్ కావాలి
నాకు దిల్ ఉంది
నాకు క్వార్టర్ కావాలి!”

అని కవిత వదిలితే సాగర్, రాహుల్, నిఖిలా, మూర్తి, కనకరాజు, వహ్వా

వహ్వా అని చప్పట్లు కొట్టారు.

"కానీ నేను ఇకపై సాగర్ ఫేవరెట్ డ్రింక్ మాత్రమే తాగబోతున్నాను" అన్నాడు. సాగర్ తలూపుతూ నవ్వాడు.

మూర్తి అడిగాడు, ఏంట్రా ఆ డ్రింక్ అని. "పానకం ఆన్ ద రాక్స్ రా" అని నవ్వాడు అరవింద్, దాంతో అందరూ బిగ్గరగా నవ్వేశారు.

డిన్నర్ అయ్యాక అతిథులంతా వెళ్ళిపోయారు. కిటికీ లోంచి చూస్తున్న సాగర్‌ని, "ఏం చూస్తున్నావ్?" అనడిగింది. "ఐ విల్ మిస్ ఓల్డ్ మ్యాన్" అన్నాడు. శ్రుతి సాగర్ భుజం మీద తలవాల్చి, "హీ విల్ మిస్ యూ టూ" అంది. శ్రుతి తలపై తన తల ఆన్చి కాసేపు అలాగే ఉండిపోయాడు.

ఒక్కసారి తల పైకెత్తి, "నీ బాధని మరిపించగలిగేది ఏంటో నాకు తెలుసు, నువ్వు కళ్ళు మూసుకో, ఇప్పుడే వస్తాను" అని లోపలకి వెళ్ళింది. నిమిషం తర్వాత, "ఇప్పుడు కళ్ళు తెరువు" అని శ్రుతి చెప్పాక కళ్ళు తెరిచి చూస్తే, "పానకం ఆన్ ద రాక్స్" అని చెరో గ్లాస్ తెచ్చి, తనకో గ్లాస్ అందించింది. సాగర్ నవ్వేసి, శ్రుతి నడుము చుట్టూ ఒక చెయ్యి వేసి అక్కున చేర్చుకొని, "చీర్స్" అన్నాడు.

***

www.ingramcontent.com/pod-product-compliance
Lightning Source LLC
LaVergne TN
LVHW050241181224
799396LV00003B/471